I0090251

PARA SA PAGMAMAHAL NG PORTOBELLO KABUTE

Kritiko sa pagkain Mga Pakikipagsapalaran kasama ang Hari ng Kabutes

Marta Cortes

Copyright Material ©2024

Lahat ng Karapatan ay Nakalaan

Walang bahagi ng aklat na ito ang maaaring gamitin o ipadala sa anumang anyo o sa anumang paraan nang walang wastong nakasulat na pahintulot ng publisher at may-ari ng copyright, maliban sa mga maikling sipi na ginamit sa isang pagsusuri. Ang aklat na ito ay hindi dapat ituring na kapalit ng medikal, legal, o iba pang propesyonal na payo.

TALAAN NG MGA NILALAMAN

PANIMULA

Maligayang pagdating sa "Para Sa Pagmamahal Ng Portobello Kabute," ang iyong pasaporte sa kritiko sa pagkain Mga Pakikipagsapalaran kasama ang hari ng mga kabute. Ang cookbook na ito ay isang selebrasyon ng earthy, karne ng bakay, at versatile Portobello kabute, na gumagabay sa iyo sa isang culinary journey na nag-explore sa lalim ng masaganang lasa at texture nito. Samahan kami sa pagsisimula namin sa isang kritiko sa pagkain adventure na nag-aangat sa abang Portobello sa bagong taas.

Isipin ang isang mesa na pinalamutian ng masarap na Portobello steak, indulgent pinalamanan caps, at malikhaing kabute-inspired dish—lahat ay inspirasyon ng matatag at nakabubusog na kalikasan ng hari ng mga kabute. Ang " Para Sa Pagmamahal Ng Portobello Kabute " ay hindi lamang isang koleksyon ng mga recipe; isa itong ode sa versatility, depth, at culinary potential ng minamahal na fungi na ito. Ikaw man ay isang tapat na mahilig sa kabute o simpleng interesado tungkol sa pagpapalawak ng iyong culinary horizon, ang mga recipe na ito ay ginawa upang magbigay ng inspirasyon sa iyo na lumikha ng kritiko sa pagkain delight kasama ang Portobello kabute.

Mula sa mga klasikong inihaw na Portobello steak hanggang sa mga makabagong appetizer at masaganang mains, ang bawat recipe ay isang pagdiriwang ng masaganang umami at karne ng bakay texture na inihahatid ng Portobellos sa hapag. Nagho-host ka man ng isang plant-based na kapistahan o gustong magdagdag ng masarap na twist sa iyong mga pagkain, ang cookbook na ito ang iyong pangunahing mapagkukunan para tuklasin ang kritiko sa pagkain side ng hari ng mga kabute.

Samahan kami habang binabagtas namin ang mga culinary latscape ng Portobello kabute, kung saan ang bawat likha ay isang testamento sa matatag at maraming nalalaman na katangian ng fungi royalty na ito. Kaya, isuot ang iyong apron, yakapin ang makalupang lasa, at magsimula tayo sa isang napakasarap na paglalakbay sa pamamagitan ng " Para Sa Pagmamahal Ng Portobello Kabute."

ALMUSAL

1.Portobello Kabute Mga tasa ng itlog

MGA INGREDIENTS:

- 4 na malalahari portobello kabute
- 4 na itlog
- 1 tasang spinach, tinadtad
- 1/2 tasa ng cherry tomatoes, diced
- Asin at paminta para lumasa
- Langis ng oliba para sa pag-ambon

INSTRUCTIONS:

a) Painitin muna ang oven sa 375°F (190°C).
b) Alisin ang mga tangkay mula sa portobello kabute at ilagay ang mga ito sa isang bahari sheet.
c) Hatiin ang isang itlog sa bawat takip ng kabute.
d) Budburan ang tinadtad na spinach at diced na kamatis sa bawat itlog.
e) Timplahan ng asin at paminta ayon sa panlasa.
f) Ibuhos ang langis ng oliba sa itaas.
g) Maghurno sa preheated oven sa loob ng 15-20 minuto o hanggang maluto ang mga itlog ayon sa gusto mo.

2.Namumutla Kabute Omelette

MGA INGREDIENTS:

- 20g mantikilya
- 1 kutsarang langis ng oliba
- 2 malalahari portobello kabute, hiniwa nang pino
- 1 banana shallot, hiniwa ng manipis
- 3 itlog
- 100ml natural na yogurt
- 1 tablespoons basil, tinadtad
- 1 tablespoons perehil, tinadtad
- ½ tablespoons chives, tinadtad

MGA TAGUBILIN:

a) Init ang mantikilya at mantika sa isang malahari kawali na may takip. Iprito ang mga kabute, hindi madalas na pagpapakilos, upang magkaroon sila ng ilang kulay.

b) Idagdag ang shallot at lutuin hanggang malambot. Ibaba ang init sa pinakamaliit na apoy na posible.

c) Paghaluin ang mga itlog at yoghurt, pagkatapos ay timplahan ng masaganang kurot ng asin at paminta sa dagat. Talunin gamit ang electric whisk (o masigla gamit ang kamay) hanggang mabula.

d) Ilagay ang timpla sa kawali, idagdag ang mga damo at takpan.

e) Lutuin hanggang sa pumutok at ganap na ma-set.

3.Kabute Chickpea Crêpe s

MGA INGREDIENTS:
CRÊPES:
- 140 g harina ng chickpea
- 30 g harina ng mani
- 5 g nutritional yeast
- 5 g curry powder
- 350 ML ng tubig
- Asin, sa panlasa

PAGPUPUNO:
- 10 ML ng langis ng oliba
- 4 Portobello kabute caps, hiniwa nang manipis
- 1 sibuyas, hiniwa ng manipis
- 30 g sanggol spinach
- Asin at paminta para lumasa
- Vegan mayo

MGA TAGUBILIN:
GAWIN ANG CRÊPES

a) Pagsamahin ang chickpea flour, peanut flour, nutritional yeast, curry powder, tubig, at asin sa panlasa sa food blender.

b) Init ang isang malahari non-stick na kawali sa katamtamang init. I-spray ang kawali na may kaunting mantika.

c) Ibuhos ang ¼ tasa ng batter sa kawali at sa isang swirl motion, ipamahagi ang batter sa buong ilalim ng kawali.

d) Lutuin ang Crêpe ng 1 minuto bawat panig. I-slide ang Crêpe sa isang plato at panatilihing mainit-init.

GUMAGAWA NG FILLING

e) Init ang langis ng oliba sa isang kawali sa medium-high heat.

f) Magdagdag ng mga kabute at sibuyas at magluto ng 6-8 minuto.

g) Magdagdag ng spinach at ihagis hanggang malanta, sa loob ng 1 minuto.

h) Timplahan ng asin at paminta at ilipat sa isang malahari mangkok.

i) Tiklupin ang inihatang vegan mayo.

4.Keso Pesto Omelet

MGA INGREDIENTS:
- 1 kutsarita ng langis ng oliba
- 1 Portobello kabute cap, hiniwa
- 1/4 tasa tinadtad na pulang sibuyas
- 4 na puti ng itlog
- 1 kutsarita ng tubig
- asin at itim na paminta sa panlasa
- 1/4 tasa ginutay-gutay na low-fat mozzarella keso
- 1 kutsarita na inihata na pesto

MGA TAGUBILIN:
a) Sa isang kawali, mag-init ng mantika sa katamtamang init at lutuin ang sibuyas at kabute sa loob ng mga 3-5 minuto.

b) Sa isang maliit na mangkok, magdagdag ng tubig, puti ng itlog, asin, at itim na paminta at talunin ng mabuti.

c) Idagdag ang pinaghalong puti ng itlog sa kawali at lutuin, haluin nang madalas, sa loob ng mga 5 minuto o hanggang sa magsimulang matigas ang mga puti ng itlog.

d) Ilagay ang keso sa ibabaw ng omelet, sinundan ng pesto at maingat, tiklupin ang Omelet at lutuin ng mga 2-3 minuto o hanggang matunaw ang keso.

5.Spinach At Feta Pinalamanan Portobello Kabutes

MGA INGREDIENTS:

- 4 na malalahari portobello kabute
- 1 tasang spinach, tinadtad
- 1/2 tasa feta keso, gumuho
- 1 sibuyas na bawang, tinadtad
- 2 kutsarang langis ng oliba
- Asin at paminta para lumasa

MGA TAGUBILIN:

a) Painitin muna ang oven sa 375°F (190°C).

b) Alisin ang mga tangkay mula sa portobello kabute at ilagay ang mga ito sa isang bahari sheet.

c) Sa isang kawali, igisa ang tinadtad na spinach at tinadtad na bawang sa langis ng oliba hanggang malanta.

d) Punan ang bawat takip ng kabute ng pinaghalong spinach.

e) Itaas na may crumbled feta keso.

f) Timplahan ng asin at paminta ayon sa panlasa.

g) Maghurno sa preheated oven sa loob ng 15-20 minuto o hanggang sa lumambot ang kabute.

6.Portobello Kabute Satwich

MGA INGREDIENTS:
- 4 na malalahari portobello kabute
- 4 na itlog
- 4 English muffins, toasted
- 1 abukado, hiniwa
- 1 tasang arugula
- Asin at paminta para lumasa

MGA TAGUBILIN:
a) Painitin muna ang oven sa 375°F (190°C).
b) Alisin ang mga tangkay mula sa portobello kabute at ilagay ang mga ito sa isang bahari sheet.
c) Hatiin ang isang itlog sa bawat takip ng kabute.
d) Timplahan ng asin at paminta ayon sa panlasa.
e) Maghurno sa preheated oven sa loob ng 15-20 minuto o hanggang maluto ang mga itlog ayon sa gusto mo.
f) Ipunin ang satwich sa pamamagitan ng paglalagay ng kabute na may itlog sa bawat toasted English muffin.
g) Itaas ang mga hiwa ng avocado at arugula.

7.Keso Bacon At Omelette Pinalamanan Portobellos

MGA INGREDIENTS:

- 4 na malalahari portobello kabute
- 4 na itlog, pinalo
- 1/2 tasa ng cheddar keso, ginutay-gutay
- 4 na hiwa ng bacon, niluto at gumuho
- 1/4 tasa berdeng sibuyas, tinadtad
- Asin at paminta para lumasa

MGA TAGUBILIN:

a) Painitin muna ang oven sa 375°F (190°C).
b) Alisin ang mga tangkay mula sa portobello kabute at ilagay ang mga ito sa isang bahari sheet.
c) Sa isang mangkok, paghaluin ang pinalo na itlog, ginutay-gutay na cheddar keso, crumbled bacon, at tinadtad na berdeng sibuyas.
d) Ilagay ang pinaghalong itlog sa bawat takip ng kabute.
e) Timplahan ng asin at paminta ayon sa panlasa.
f) Maghurno sa preheated oven sa loob ng 15-20 minuto o hanggang sa maluto ang mga itlog at malambot ang mga kabute.

8.Almusal Portobellos na may Shiitakes

MGA INGREDIENTS:

- 4 na medium -hanggang sa malalahari sariwang portobello cap, 4-6 na pulgada ang lapad; nilinis
- 3 kutsarang langis ng oliba
- 4 ounces Shiitake kabute; inalis ang mga tangkay at hiniwa ang mga takip
- ½ maliit na sibuyas; pinong diced
- 1 tasang sariwang butil ng mais
- ⅓ tasa toasted pine nuts
- ½ tasa Pritong, durog na bacon
- asin
- 8 Itlog

MGA TAGUBILIN:

a) Painitin ang hurno sa 400 degrees. Ilagay ang portobello caps, gill sides up, sa isang malahari bahari dish at maghurno ng 5 minuto. Samantala, init ng langis sa isang malahari

b) Igisa ang kawali sa sobrang init. Magdagdag ng shiitake, sibuyas, at mais; Igisa hanggang sa malata ang mga kabute at malambot ang mais, 3-4 minuto. Magdagdag ng mga pine nuts at bacon kung ginagamit at haluing mabuti. Siguraduhing magtimpla ng mabuti.

c) Alisin ang mga kabute sa oven at hatiin nang pantay-pantay ang pinaghalong shiitake sa 4 na takip na nagpapakinis sa ibabaw. Siguraduhin na ang mga takip ay nakalagay nang patag hangga't maaari upang ang mga itlog ay hindi dumulas sa isang gilid habang nagluluto. Magbasag ng 2 itlog sa ibabaw ng bawat kabute.

d) Banayad na asin ang mga itlog at ibalik ang ulam sa oven. Maghurno hanggang maluto ang mga itlog ayon sa gusto mo, pagkatapos ay ihain nang sabay-sabay.

9.Sausage At Spinach Pinalamanan Portobello Kabutes

MGA INGREDIENTS:
- 4 na malalahari portobello kabute
- 1/2 lb almusal sausage, niluto at gumuho
- 1 tasa sariwang spinach, tinadtad
- 1/2 tasa ng cheddar keso, ginutay-gutay
- 4 na itlog
- Asin at paminta para lumasa

MGA TAGUBILIN:
a) Painitin muna ang oven sa 375°F (190°C).
b) Alisin ang mga tangkay mula sa portobello kabute at ilagay ang mga ito sa isang bahari sheet.
c) Sa isang mangkok, paghaluin ang nilutong sausage, tinadtad na spinach, at ginutay-gutay na cheddar keso.
d) Kutsara ang pinaghalong sausage sa bawat takip ng kabute.
e) Magbasag ng isang itlog sa ibabaw ng bawat pinalamanan na kabute.
f) Timplahan ng asin at paminta ayon sa panlasa.
g) Maghurno ng 15-20 minuto o hanggang maluto ang mga itlog ayon sa gusto mo.

10.Tomato At Basil Almusal Portobello Caps

MGA INGREDIENTS:
- 4 na malalahari portobello kabute
- 1 tasa ng cherry tomatoes, hatiin
- 1/2 tasa sariwang basil, tinadtad
- 4 na itlog
- 1/4 tasa ng Parmesan keso, gadgad
- Asin at paminta para lumasa

MGA TAGUBILIN:
a) Painitin muna ang oven sa 375°F (190°C).
b) Alisin ang mga tangkay mula sa portobello kabute at ilagay ang mga ito sa isang bahari sheet.
c) Ipamahagi ang halved cherry tomatoes at tinadtad na basil nang pantay-pantay sa mga kabute.
d) Magbasag ng isang itlog sa ibabaw ng bawat kabute.
e) Budburan ang Parmesan keso sa bawat itlog.
f) Timplahan ng asin at paminta ayon sa panlasa.
g) Maghurno ng 15-20 minuto o hanggang sa maluto ang mga itlog.

11.Avocado At Pinausukang Salmon Portobello Benedict

MGA INGREDIENTS:

- 4 na malalahari portobello kabute
- 4 na itlog
- 4 oz na pinausukang salmon
- 1 abukado, hiniwa
- Hollataise sarsa (binili sa tindahan o gawang bahay)
- Chives, tinadtad (para sa dekorasyon)

MGA TAGUBILIN:

a) Painitin muna ang oven sa 375°F (190°C).
b) Alisin ang mga tangkay mula sa portobello kabute at ilagay ang mga ito sa isang bahari sheet.
c) Hatiin ang isang itlog sa bawat takip ng kabute.
d) Maghurno ng 15-20 minuto o hanggang maluto ang mga itlog ayon sa gusto mo.
e) Maglagay ng slice ng pinausukang salmon at avocado sa bawat kabute.
f) Ibuhos ang hollataise sarsa sa ibabaw.
g) Palamutihan ng tinadtad na chives.

12.Mga Quesadillas ng Almusal ng Kabute At Spinach

MGA INGREDIENTS:

- 4 na malalahari portobello kabute, hiniwa
- 2 tasang baby spinach
- 4 malalahari harina tortillas
- 1 tasang ginutay-gutay na Monterey Jack keso
- 4 na itlog, piniritong
- Salsa at kulay-gatas (opsyonal para sa paghahatid)

MGA TAGUBILIN:

a) Sa isang kawali, igisa ang hiniwang portobello kabute hanggang sa mailabas nila ang kanilang moisture.

b) Idagdag ang baby spinach sa kawali at lutuin hanggang malanta.

c) Maglagay ng tortilla sa griddle o kawali sa katamtamang init.

d) Budburan ang ginutay-gutay na keso sa kalahati ng tortilla.

e) Satok ang pinaghalong kabute at spinach sa ibabaw ng keso.

f) Ibuhos ang piniritong itlog sa pinaghalong.

g) Tiklupin ang tortilla sa kalahati, pinindot ito gamit ang isang spatula.

h) Magluto ng 2-3 minuto sa bawat panig hanggang sa ang quesadilla ay maging ginintuang at ang keso ay matunaw.

i) Ulitin para sa natitirang mga tortillas.

j) Ihain kasama ng salsa at sour krema kung ninanais.

MGA NAGSIMULA

13.Malutong na LutongPortobello Kabute Fries

MGA INGREDIENTS:

- 4 na malalahari portobello kabute, inalis ang mga tangkay at mga takip na hiniwa sa fries
- 1 tasang panko breadcrumbs
- 1/2 tasa gadgad na Parmesan keso
- 1 kutsarita ng bawang pulbos
- 1 kutsarita ng sibuyas na pulbos
- 1/2 kutsarita pinausukang paprika
- Asin at itim na paminta sa panlasa
- 2 malalahari itlog, pinalo
- Coohari spray o langis ng oliba para sa patong

MGA TAGUBILIN:

a) Painitin muna ang oven sa 425°F (220°C). Lagyan ng parchment paper ang isang bahari sheet at itabi.

b) Sa isang mababaw na mangkok, pagsamahin ang panko breadcrumbs, gadgad na Parmesan keso, pulbos ng bawang, pulbos ng sibuyas, pinausukang paprika, asin, at itim na paminta. Paghaluin nang mabuti upang lumikha ng pinaghalong patong.

c) Isawsaw ang bawat portobello kabute fry sa pinalo na itlog, siguraduhing ito ay ganap na nababalot.

d) Igulong ang pinahiran na kabute fry sa pinaghalong breadcrumb, dahan-dahang pinindot upang pantay-pantay ang pagkakadikit sa patong.

e) Ilagay ang pinahiran na kabute fries sa inihatang bahari sheet, na nag-iiwan ng espasyo sa pagitan ng bawat fry.

f) Bahagyang balutin ang kabute fries ng coohari spray o brush na may olive oil.

g) Maghurno sa preheated oven sa loob ng 15-20 minuto o hanggang ang mga fries ay maging ginintuang kayumanggi at malutong, i-on ang mga ito sa kalahati ng oras ng pagluluto para sa pantay na crispiness.

h) Alisin sa oven at hayaang lumamig nang bahagya bago ihain.

i) Opsyonal: Ihain kasama ng paborito mong dipping sarsa, gaya ng marinara, aioli, o ranch.

j) Tangkilikin ang iyong Malutong na LutongPortobello Kabute Fries bilang isang masarap na meryenda o isang natatanging side dish na may kasiya-siyang langutngot!

14.Kabute, Patatas, Kalabasa Fritters at Chakalaka

MGA INGREDIENTS:

PARA SA INIHONG KABUTE

- 200 g Portabello Kabute
- 1 g Tumeric
- 1 g pinong asin
- 15 ml Langis ng Oliba
- 10 ML Suka

PARA SA HASSELBACK PATATAS

- 250 g patatas
- 1 g Tumeric
- 1 g pinong asin
- 15 ml Langis ng Oliba
- 2 g Rosemary
- 5 g Parmesan Keso

PARA SA MGA KALABASA FRITTERS

- 150 g Butternut
- 30 g Cake Flour
- 45 ML ng Aquafaba
- 1 g bahari powder
- 2 g Tin Butter Bean
- 0.125 g Buong Kulaytro

PARA SA CHAKALAKA

- 5 g Puting sibuyas na tinadtad
- 5 g Pulang Paminta Diced
- 5 g Green Pepper Diced
- 15 g Carrot Grated
- 10 g Plum Tomato Tinadtad
- 100 g Tin Chickpea
- 10 ML Chutney
- 2 ML Suka ng Bigas
- 1 g luya
- 1 g Ground Cinnamon
- 2 g Treacle Sugar

MGA TAGUBILIN:

PARA SA KABUTE

a) Season kabute, i-marinate sa olive oil at balsamic.

b) Igisa sa isang mainit na kawali at lutuin hanggang ma-caramelised.

PARA SA HASSELBACK PATATAS

c) Ilagay ang patatas sa bahari tray, lagyan ng kalahati ng mantika, budburan ng asin, paminta at rosemary.

d) Inihaw sa 210'C sa loob ng 30 minuto.

e) Alisin sa oven at i-brush ang natitirang mantika at budburan ng keso. Lutuin hanggang maluto.

PARA SA MGA KALABASA FRITTERS

f) Pagsamahin ang butternut, harina, aquafaba at bahari powder sa isang makinis na batter.

g) I-deep fry ang mga dollops ng batter sa mainit na mantika.

h) Alikabok ng cinnamon sugar.

PARA SA CHAKALAKA

i) Iprito ang lahat ng mga gulay sa langis ng oliba hanggang sa magsimula itong lumambot.

j) Magdagdag ng pampalasa at lutuin hanggang mabango.

k) Magdagdag ng tomato paste, chutney at baked beans. Ipagpatuloy ang pagluluto ng ilang minuto.

15.Feta-Pinalamanan Portobello Kabutes

MGA INGREDIENTS:

- 4 (4") malalahari Portobello kabute
- 2 kutsarang extra-virgin olive oil
- 1 sibuyas na bawang (binalatan at tinadtad)
- ¼ kutsarita ng asin
- 1 tasang feta keso (ginurog)
- ½ tasa ng pesto

MGA TAGUBILIN:

a)   Alisin at itapon ang mga tangkay ng kabute at gamit ang isang kutsara, simutin, tanggalin, at itapon ang mga hasang.

b)   Sa isang mangkok, pagsamahin ang langis ng oliba at bawang. Ipahid ang garlic infused-oil sa mga kabute at timplahan ng asin.

c)   Sa isang mas maliit na mangkok, pagsamahin ang crumbled feta sa pesto.

d)   Ayusin ang mga kabute sa isang sheet ng greased aluminum foil at grill, stem side nakaharap pataas, habang sakop sa katamtamang init para sa 8-10 minuto.

e)   Kutsara ang pinaghalong feta sa mga kabute, at takpan, ihaw hanggang sa uminit, sa loob ng 2-3 minuto.

16.SitawCasserole Pinalamanan Kabutes

MGA INGREDIENTS:
- 3 hiwa ng turkey bacon strips (diced)
- 1½ kutsarita ng bawang (binalatan at tinadtad)
- 1 (14½ onsa) lata ng French-style green beans (pinatuyo)
- ¾ tasa Parmesan keso (bagong gadgad at hinati)
- ¼ tasa condensed krema ng sibuyas na sopas (hindi natunaw)
- ¼ tasa ng tubig
- ⅛ kutsarita ng ground nutmeg
- ⅛ kutsarita ng itim na paminta
- 1 tasang tuyong breadcrumbs
- 30 buong baby Portobello kabute
- Nonstick coohari spray
- 1 (2.8 ounces) lata ng French-fried na sibuyas

MGA TAGUBILIN:
a) Lutuin ang bacon hanggang sa malutong sa katamtamang init sa isang maliit na kawali.

b) Idagdag ang bawang at lutuin ng karagdagang 60 segundo.

c) Sa isang food processor, pagsamahin ang French green beans, ½ tasang Parmesan keso, condensed onion sabaw, tubig, nutmeg, black pepper, at bacon mixture at iproseso hanggang sa maisama. Ilipat ang timpla sa isang mangkok, at tiklupin ang mga breadcrumb.

d) Alisin at itapon ang mga tangkay ng kabute. Gamit ang nonstick coohari spray, iwisik ang mga takip ng kabute at ayusin sa isang walang basa na 15x10x1" na bahari pan, na ang mga gilid ng tangkay ay nakaharap pababa. Maghurno sa oven sa 425°F sa loob ng 10 minuto, baligtarin ang mga ito nang isang beses.

e) Alisan ng tubig ang likido mula sa mga takip ng kabute, at punan ang pinaghalong French green bean. Itaas ang natitirang Parmesan keso at French-fried onions. Maghurno sa oven para sa isa pang 8-10 minuto, hanggang ang mga kabute ay malambot na tinidor, at ang pagpuno ay pinainit.

f) Ihain at magsaya.

17.Hipon At Keso ng KambingPinalamanan Kabutes

MGA INGREDIENTS:
- 8 ounces hipon na hilaw, binalatan, hiniwa, at tinadtad
- 1 (4 na onsa) log ng sariwang kambing na keso na may mga halamang gamot (ginurog)
- ⅓ tasa berdeng sibuyas (tinadtad)
- ¼ tasa panko breadcrumbs
- 1 kutsarita sariwang luya na ugat (minced)
- ½ kutsarita na durog na pulang paminta na mga natuklap
- ½ kutsarita ng asin
- ¼ kutsarita ng itim na paminta
- 8 ounces buong baby Portobello kabute (stemmed)
- 2 kutsarang sesame oil
- Mga berdeng sibuyas (hiniwa nang manipis, para palamuti)

MGA TAGUBILIN:
a) Pagsamahin ang hipon, keso ng kambing, berdeng sibuyas, mumo ng tinapay, ugat ng luya, red pepper flakes, asin, at itim na paminta sa isang mangkok.
b) Ilagay ang pinaghalong hipon sa mga takip ng kabute at ayusin ang mga ito sa isang walang basang bahari sheet. Ibuhos ang linga ng langis.
c) Ihurno ang mga kabute sa 350°F sa loob ng 10-15 minuto hanggang sa maging pink ang hipon.
d) Palamutihan ang mga pinalamanan na kabute na may berdeng mga sibuyas at tangkilikin ang mainit-init.

18.Pinalamanan na Mga Kabute na May Venison

MGA INGREDIENTS:
- 4 (5") buong sanggol na Portobello kabute
- ½ (7 onsa) ay maaaring maliit na diced na kamatis (pinagsala na mabuti)
- 1 libra giniling na karne ng usa
- ½ kutsarita ng asin
- ⅛ kutsarita ng itim na paminta
- ¼ kutsarita ng sibuyas na pulbos
- ¼ kutsarita ng pinatuyong thyme
- ¾ kutsarita na buto ng haras
- ¼ kutsarita ng cayenne pepper
- ½ kutsarita ng pinatuyong oregano
- 1 kutsarita ng paprika
- ½ kutsarita ng tuyo na basil
- 1 itlog
- 3 onsa tomato paste
- ⅓ tasa ng balsamic vinegar
- 3-4 cloves na bawang (binalatan at durog)
- ½ tasa berdeng sibuyas (tinadtad)
- 1 (4 na onsa) na maaaring hiniwang itim na olibo (pinatuyo)
- 1 ½ tasang mozzarella (ginutay-gutay)
- 1 tasa Italian 3 keso timpla
- ¼ tasa ng Italian breadcrumbs

MGA TAGUBILIN:
a) Painitin muna ang pangunahing oven sa 375°F.
b) Alisin at gupitin ang mga tangkay mula sa mga takip ng kabute. Itabi.
c) Ilagay ang mga takip ng kabute sa isang tuwalya ng papel sa kusina, ang gilid ng tangkay ay nakaharap pababa.
d) Pindutin ang mga de-latang kamatis sa pamamagitan ng isang salaan, at gamit ang likod ng isang kahoy na kutsara, pindutin nang dahan-dahan upang alisin ang mas maraming likido hangga't maaari.
e) Sa isang mangkok, pagsamahin ang giniling na karne ng usa na may asin, itim na paminta, pulbos ng sibuyas, pinatuyong thyme, buto ng haras, paminta ng cayenne, pinatuyong oregano, paprika, at pinatuyong basil. Pagkatapos ay idagdag ang itlog, tomato paste, at suka. Paghaluin nang maigi upang pagsamahin.
f) Susunod, ihalo ang bawang, berdeng sibuyas, itim na olibo, diced na tangkay ng sibuyas, mozzarella, Italian blend keso, at breadcrumb.
g) Gamit ang isang malahari kutsara, ilagay ang mga takip ng kabute sa halo ng karne ng usa. Ang halaga ng pagpuno ay dapat na humigit-kumulang 75 porsiyento ng laki ng kabute.
h) Ihurno ang mga pinalamanan na kabute sa isang cast-iron skillet sa loob ng 20-25 minuto, hanggang maluto.

19.Spirulina At Kabute Arancini

MGA INGREDIENTS:

- 2 tasang walang karne stock (o manok stock)
- 2 kutsarang langis ng oliba
- 1 sibuyas, pinong hiniwa
- 2 cloves ng bawang, durog
- 3 sariwang Swiss brown o field kabute
- 2 pinatuyong shiitake kabute
- ¼ tasa ng hiniwang tuyong portobello na kabute
- ½ tasa ng puting alak
- 1 ½ tasa (300g) arborio kanin
- ¾ tasa (58g) grated parmesan, mozzarella, o cheddar keso
- 2 kutsarang sariwang spirulina
- ½ tasa (65g) plain na harina
- 3 itlog, pinalo
- 1 tasang breadcrumbs
- Langis para sa mababaw na pagprito
- Asin, para timplahan

MGA TAGUBILIN:

a) Painitin muna ang oven sa 160°C.

b) Ilagay ang stock sa isang kasirola sa katamtamang init. Pakuluan ito, pagkatapos ay bawasan ang apoy, takpan, at panatilihing mahinang kumulo.

c) Ilagay ang mga tuyong kabute sa 1 tasa ng mainit na tubig. Kapag malambot na ang mga tuyong kabute, pisilin ang labis na likido at tinadtad ang mga ito. Idagdag ang soahari water sa stock.

d) I-chop ang mga sariwang kabute.

e) Init ang langis ng oliba sa isang malahari kawali sa katamtamang init. Idagdag ang pinong tinadtad na sibuyas at dinurog na bawang at lutuin ng 1-2 minuto o hanggang sa lumambot.

f) Haluin ang tinadtad na kabute at lutuin ng 2-3 minuto hanggang lumambot.

g) Bawasan ang apoy sa mahina, idagdag ang arborio kanin, at haluin ng 3-4 minuto, siguraduhing pantay na nababalutan ito ng mantika.

h) Idagdag ang white wine at lutuin hanggang maabsorb ng kanin.

i) Simulan ang pag-init ng stock sa ½ tasa na bahagi at haluin paminsan-minsan. Ipagpatuloy ang prosesong ito hanggang sa masipsip ng bigas ang stock, at umabot sa al dente consistency. Ang timpla ay dapat na bahagyang malagkit.

j) Idagdag ang gadgad na keso at sariwang spirulina, haluing mabuti. Timplahan ng asin at paminta ang timpla ayon sa panlasa. Payagan itong ganap na lumamig.

k) I-roll ang mga nakatambak na kutsara ng pinaghalong risotto sa mga bola, lagyan ng alikabok ang mga ito ng harina, isawsaw ang mga ito sa pinalo na itlog, at pagkatapos ay igulong ang mga ito sa mga breadcrumb.

l) Bahagyang mababaw na iprito ang mga bola hanggang sa maging golden brown ang mga breadcrumb.

m) Ilipat ang mga bola sa isang tray na nilagyan ng bahari parchment at maghurno ng karagdagang 20 minuto.

20.Portobello Kabute Bacon

MGA INGREDIENTS:

- 2 kutsarang light olive oil
- 2 kutsarang toyo
- 1 kutsarang purong maple syrup
- ½ kutsarita ng likidong usok
- 1 kutsarita pinausukang paprika
- ¼ kutsarita ng red pepper flakes
- ¼ kutsarita ng paminta
- 2 portobello kabute, hiniwa sa ⅛-inch-wide strips

MGA TAGUBILIN:

a) Haluin ang langis ng oliba, toyo, maple syrup, likidong usok, pinausukang paprika, mga red pepper flakes, at paminta sa isang malahari mangkok. Idagdag ang mga hiwa ng kabute at ihalo sa amerikana.

b) Piliin ang Preheat function sa Air Fryer Toaster Oven, pagkatapos ay pindutin ang Start/Pause.

c) Ilagay ang mga hiwa ng kabute sa fry basket sa pantay na layer, pagkatapos ay ipasok ang basket sa gitnang posisyon sa preheated oven.

d) Piliin ang mga function ng Air Fry at Shake, ayusin ang oras sa 15 minuto, at pindutin ang Start/Pause.

e) I-flip ang mga hiwa ng kabute sa kalahati ng pagluluto. Ipapaalam sa iyo ng Shake Reminder kung kailan.

f) Alisin kapag malutong na ang kabute.

21.Squash At Portobello Bruschetta

MGA INGREDIENTS:

- 1¾ pounds Butternut Squash, O Orange-Flesh Squash
- ¾ pounds Portobello Kabute, Pinunasan, Tinatanggal ang mga tangkay
- 3 siwang Bawang
- Salt At Freshly Ground Pepper, Upang Tikman
- 1 kutsarang Tinadtad na Sariwang Oregano
- 1 kutsarang Tinadtad na Sariwang Rosemary
- 2 kutsarang Balsamic Vinegar
- ¼ tasa Low-Sodium Manok Stock, Sinapid Ng Taba
- ¼ tasa ng Sngt Goat Keso
- 6 na hiwa ng Whole-Wheat Country Bread
- Pag-spray ng Langis ng Oliba

MGA TAGUBILIN:

a) Painitin ang oven sa 425 degrees na may rack sa gitna. Pagwilig ng isang litson na may spray ng pagluluto. Gupitin ang kalabasa sa kalahating pahaba. Alisin ang mga buto at hibla, at balatan ang mga ito. Gupitin ang kalabasa sa ½ pulgadang piraso.

b) Gupitin ang mga portobello sa ½-pulgada na piraso. Ilipat ang kalabasa at kabute sa kawali, panatilihing hiwalay ang bawat isa.

c) Idagdag ang bawang. I-spray ang lahat ng coohari spray. Budburan ng asin at paminta at kalahati ng oregano at rosemary.

d) Lutuin hanggang lumambot ang portobellos, 15 - 20 minuto, at alisin ang portobellos. Ikalat ang kalabasa sa kawali, i-on gamit ang isang spatula. Dagdagan ang init sa 450 degrees.

e) Lutuin hanggang malambot na lang ang kalabasa at malambot na ang bawang, mga 15 minuto pa. Alisin sa oven. Alisin ang mga clove ng bawang, at ireserba.

f) Ibalik ang portobellos sa kawali, at ilagay sa katamtamang init sa stovetop.

g) Magdagdag ng suka, stock ng manok, at ang natitirang kalahating oregano at rosemary, at kaskasin sa ilalim ng kawali upang alisin ang anumang luto.

h) Magluto, madalas na pagpapakilos hanggang ang likido ay nabawasan sa isang glaze, 2 - 3 minuto. Ilipat ang halo sa isang malahari mangkok. Hayaang lumamig nang bahagya.

i) Alisin ang humigit-kumulang ⅓ ng mga cube ng kalabasa mula sa pinaghalong, at ilipat sa isang medium na mangkok. Gumamit ng likod ng isang kutsilyo upang simutin ang pinalambot na laman ng bawang mula sa bawat clove. Idagdag sa mangkok. Idagdag ang keso ng kambing.

j) Gumamit ng tinidor upang durugin ang mga sangkap upang maging paste. Itabi. Banayad na i-toast ang mga hiwa ng tinapay sa isang grill pan o sa ilalim ng broiler. Ikalat ang bawat isa ng squash paste.

k) Itaas ang bawat isa na may pinaghalong squash-at-portobello.

l) Palamutihan ng oregano at rosemary.

22.Spirulina At Kabute Croquettes

MGA INGREDIENTS:

- 2 tasang walang karne stock (o manok stock)
- 2 kutsarang langis ng oliba
- 1 sibuyas, pinong hiniwa
- 2 cloves ng bawang, durog
- 3 sariwang Swiss brown o field kabute
- 2 pinatuyong shiitake kabute
- ¼ tasa ng hiniwang tuyong portobello na kabute
- ½ tasa ng puting alak
- 1 ½ tasa (300g) arborio kanin
- ¾ tasa (58g) grated parmesan, mozzarella, o cheddar keso
- 2 kutsarang sariwang spirulina
- ½ tasa (65g) plain na harina
- 3 itlog, pinalo
- 1 tasang breadcrumbs
- Langis para sa mababaw na pagprito
- Asin, para timplahan

MGA TAGUBILIN:

n)   Painitin muna ang oven sa 160°C.

o)   Ilagay ang stock sa isang kasirola sa katamtamang init. Pakuluan ito, pagkatapos ay bawasan ang apoy, takpan, at panatilihing mahinang kumulo.

p)   Ilagay ang mga tuyong kabute sa 1 tasa ng mainit na tubig. Kapag malambot na ang mga tuyong kabute, pisilin ang labis na likido at tinadtad ang mga ito. Idagdag ang soahari water sa stock.

q)   I-chop ang mga sariwang kabute.

r)   Init ang langis ng oliba sa isang malahari kawali sa katamtamang init. Idagdag ang pinong tinadtad na sibuyas at dinurog na bawang at lutuin ng 1-2 minuto o hanggang sa lumambot.

s)   Haluin ang tinadtad na kabute at lutuin ng 2-3 minuto hanggang lumambot.

t)   Bawasan ang apoy sa mahina, idagdag ang arborio kanin, at haluin ng 3-4 minuto, siguraduhing pantay na nababalutan ito ng mantika.

u)   Idagdag ang white wine at lutuin hanggang maabsorb ng kanin.

v)   Simulan ang pag-init ng stock sa ½ tasa na bahagi at haluin paminsan-minsan. Ipagpatuloy ang prosesong ito hanggang sa masipsip ng bigas ang stock, at umabot sa al dente consistency. Ang timpla ay dapat na bahagyang malagkit.

w)   Idagdag ang gadgad na keso at sariwang spirulina, haluing mabuti. Timplahan ng asin at paminta ang timpla ayon sa panlasa. Payagan itong ganap na lumamig.

x)   I-roll ang mga nakatambak na kutsara ng pinaghalong risotto sa mga bola, lagyan ng alikabok ang mga ito ng harina, isawsaw ang mga ito sa pinalo na itlog, at pagkatapos ay igulong ang mga ito sa mga breadcrumb.

y)   Bahagyang mababaw na iprito ang mga bola hanggang sa maging golden brown ang mga breadcrumb.

z)   Ilipat ang mga bola sa isang tray na nilagyan ng bahari parchment at maghurno ng karagdagang 20 minuto.

PANGUNAHING PAGKAIN

23. Portobello Tinapay ng karne na may Matamis Balsamic Sarsa

MGA INGREDIENTS:
PARA SA MGA "INIGINIG" NA MUSHROOOM AT PITO:
- 9 oz portobello kabute
- 3 pulang paminta
- 3 kutsarang lemon juice
- 1/4 tasa ng langis ng oliba
- 4 na sibuyas ng bawang, tinadtad
- 1/2 tsp asin

TINAPAY NG KARNE:
- 1 tasa ng mga walnuts, ibinabad
- 1 tasang almendras, binasa
- 1/2 sibuyas
- 1 kutsarang tamari
- 3 kutsarang langis ng oliba
- 2 tbsp thyme
- 2 tsp sage
- 1 kutsarang pinaghalong halamang gamot (kumbinasyon ng thyme, marjoram, perehil, oregano, sage, at basil)

TOMATO SARSA:
- 6 oz cherry tomatoes
- 1/2 red bell pepper, tinanggalan ng binhi at tinadtad
- 1/4 pulang sibuyas (kalahati tinadtad, kalahating hiniwang manipis)
- 1 kutsarang langis ng oliba
- 1 kutsarang balsamic vinegar
- 1 sibuyas na bawang, binalatan
- 1/4 tsp itim na paminta, lupa
- 1/2 tbsp fennel seeds, giniling
- 2 tsp sibuyas na pulbos
- 1/2 tsp asin
- 2 tsp paprika (matamis na iba't, hindi maanghang)

MGA TAGUBILIN:

PARA SA MGA "INIGINIG" NA MUSHROOOM AT PITO:

a) Hatiin ang mga kabute sa humigit-kumulang 1 cm (1/2 pulgada) na hiwa at ang mga paminta sa humigit-kumulang 1⁄2 cm (1/4 pulgada) na mga piraso.

b) Pagsamahin ang lemon juice, langis ng oliba, tinadtad na bawang, at asin sa isang mangkok. Magdagdag ng hiniwang kabute at peppers, ihalo nang mabuti.

c) Ilagay ang mga kabute at peppers sa isang non-stick dehydrator sheet, i-dehydrate ng 3 oras sa 115°F.

TINAPAY NG KARNE:

d) Gilingin ang lahat ng mga sangkap ng Tinapay ng karne sa isang food processor hanggang sa lubusan na halo-halong.

e) Magdagdag ng mga dehydrated na kabute at peppers, iproseso muli, iiwan silang chunky.

f) Alisin mula sa food processor at bumuo ng 2 tinapay, humigit-kumulang 2cm ang taas at 4cm ang lapad.

g) Mag-dehydrate ng 12 oras sa 115°F kasama ang tomato sarsa (tingnan sa ibaba).

TOMATO SARSA:

h) Ilagay ang lahat ng sangkap ng sarsa sa isang high-speed blender, iproseso hanggang makinis.

i) Ilagay ang sarsa sa isang malahari mangkok para sa mas malahari lugar sa ibabaw, na tumutulong sa mas mabilis na pagbawas.

j) Ilagay ang mangkok sa dehydrator sa 115°F sa loob ng 12 oras, hinahalo paminsan-minsan hanggang sa mabawasan ng kalahati at makapal.

k) Ikalat ang isang pantay na layer ng sarsa sa ibabaw ng Tinapay ng karne, na halos natuyo na sa puntong ito.

l) Mag-dehydrate sa 115°F para sa karagdagang 2 oras.

m) Ihain nang mainit mula sa dehydrator.

24.Mga Pastel ng Portobello Shepherd

MGA INGREDIENTS:
- 1 lb ground karne ng baka (o lean ground na tupa)
- 6 Tbsp pinong tinadtad na sariwang rosemary, hinati
- 1 kutsarita ng langis ng oliba
- 1/2 dilaw na sibuyas, tinadtad
- 2 tsp mantikilya
- 1 tambak na Tbsp na harina
- 8 oz na sabaw ng baka
- Asin at sariwang giniling na itim na paminta
- 5 o 6 malalahari portobello kabute caps (bilog na hugis mangkok, hindi patag)

TOPPING:
- 2 malalahari russet bahari patatas, binalatan at gupitin sa malalahari tipak
- 2 tsp mantikilya
- 1/2 tasa ng buong gatas
- Asin at paminta para lumasa

MGA TAGUBILIN:

a) Itakda ang oven sa 375°F.

b) Ilagay ang patatas sa isang palayok ng tubig at pakuluan. Lutuin hanggang malambot ang patatas.

c) Alisan ng tubig ang mga patatas at i-mash ang mga ito ng mantikilya at gatas hanggang sa makinis at mag-atas. Ayusin ang consistency na may mas maraming gatas kung kinakailangan. Timplahan ng asin at paminta ayon sa panlasa. Gumamit ng mga electric beater kung magagamit. Takpan at itabi.

d) Palamutin ang giniling na baka (o tupa) at 2 kutsarang rosemary sa isang kawali, pinuputol ang karne sa pinong gumuho habang niluluto. Alisin sa isang plato.

e) Idagdag ang mga sibuyas sa kawali at lutuin sa katamtamang init hanggang sa magsimulang maging kayumanggi. Magdagdag ng isang dampi ng langis ng oliba kung ang kawali ay masyadong tuyo. Alisin ang mga sibuyas sa plato na may karne.

f) Magdagdag ng 2 kutsara ng mantikilya sa kawali at hayaan itong matunaw. Paghaluin ang harina, lutuin ng ilang minuto hanggang sa ito ay maging isang magatang kayumanggi. Siskisan ang lahat ng mga piraso mula sa ilalim ng kawali habang hinahalo mo.

g) Idagdag ang sabaw ng baka sa kawali, ihalo nang mabilis upang pagsamahin ang lahat, at lutuin hanggang lumapot.

h) Idagdag ang karne ng baka at mga sibuyas pabalik sa kawali, alisin ang anumang labis na taba bago mo ito idagdag. Tikman at ayusin ang pampalasa.

i) Alikabok ang mga kabute at alisin ang mga tangkay. Maingat na simutin ang mga hasang gamit ang isang kutsara upang lumikha ng espasyo para sa karne.

j) Kung ang mga kabute ay napakalaki, ilagay ang mga ito sa isang tuyong bahari tray at lutuin sa oven ng mga 10 minuto. Pagkatapos, punan ang bawat kabute ng pinaghalong karne.

k) Itaas ang bawat kabute na may masaganang dami ng niligis na patatas at maghurno ng mga 15-20 minuto hanggang ang lahat ay mainit at bubbly.

l) Ihain kaagad na may masaganang pagwiwisik ng sariwang rosemary at isang gilid ng pinakuluang mga gisantes. Enjoy!

25.Inihaw na Portobello Steak

MGA INGREDIENTS:

- 4 larges Portobello kabute caps
- Barbecue Sarsa
- ½ kutsarita ng Asin
- ¼ kutsarita Bagong giniling na paminta

MGA TAGUBILIN:

a) Maghata ng grill.

b) Punasan ang mga takip ng kabute gamit ang tuwalya ng papel; lagyan ng 1 Barbecue Sarsa ang bawat takip at budburan ng asin at paminta.

c) Ayusin ang mga kabute, takip sa gilid pababa, sa grill; tolda na may palara. Mag-ihaw ng 3 hanggang 5 minuto sa medium-low coal. Alisin ang foil; lagyan ng 1 kutsarang sarsa ang bawat kabute. Lumiko ang mga kabute at magsipilyo ng isa pang 1 kutsarang sarsa.

d) Mag-ihaw ng 3 hanggang 5 minuto pa, hanggang lumambot kapag tinusok ng tinidor. Ihain kasama ang natitirang barbecue sarsa, pinainit, kung ninanais. Gumagawa: 4 na servings.

26.Manok Madeira Kasama Portobello

MGA INGREDIENTS:
- 4 na malalahari bahagi ng dibdib ng manok na walang buto
- 8 ounces Portobellos; makapal na hiniwa
- 1 tasang All-purpose na harina
- 2 kutsarang Mantikilya
- 2 kutsarang langis ng oliba
- Asin at sariwang giniling na paminta sa panlasa
- 1 kutsarang sariwang Italian parsley o basil; tinadtad
- Mga bukal ng alinman sa sariwang Italian parsley o basil
- ½ tasa ng Dry Madeira wine
- ½ tasang sabaw ng manok

MGA TAGUBILIN:
a) Ilagay ang mga suso ng manok nang paisa-isa sa pagitan ng 2 sheet ng waxed paper. Ilagay ang mga piraso ng manok, na may gilid kung saan tinanggal ang balat, sa waxed paper at dahan-dahang patagin gamit ang isang maso.

b) I-flatte ang mga ito sa halos ¼-inch na kapal. Ang paghampas ng manok ay may dalawang layunin; 1) upang palakihin ang dibdib, at higit sa lahat 2) ay gawin ang kapal kahit na ang oras ng pagluluto ay magiging pare-pareho.

c) Pagsamahin ang harina, asin at paminta sa isang malinis na piraso ng waxed paper. Pahiran ang bawat dibdib ng manok ng tinimplahan na harina; iangat sa isang dulo at dahan-dahang ipagpag ang labis na harina. Ilagay ang bawat naalikabok na piraso ng manok sa isa pang piraso ng waxed na papel, at huwag hayaang magkapatong-patong ang mga ito.

d) Matunaw ang 2 kutsarita ng mantikilya at 2 kutsarita ng langis ng oliba sa isang malaki, malalim, nonstick na kawali. Kapag mainit na ang mantikilya at mantika (bubbling), lagyan ng kabute. Igisa sa mataas na apoy hanggang ang mga kabute ay bahagyang browned at lumambot, at ang lahat ng likido ay sumingaw. Alisin ang mga kabute mula sa kawali at itabi.

e) Timplahan ng asin, paminta, at perehil o basil ang mga kabute. Ibalik ang kawali sa medium-high heat. Magdagdag ng natitirang mantikilya at langis ng oliba. Idagdag ang manok sa kawali na niluluto muna ang deskinned side.

f) Igisa ang mga dibdib ng manok 2-3 minuto sa bawat panig. Huwag mag-overcook. Ilipat ang manok sa isang malahari pinggan at takpan ng foil. O Maaari mo ring ilagay ang nilutong suso ng manok sa mainit na hurno (150-200 degrees) sa isang malahari pinggan.

g) Kapag ang lahat ng dibdib ng manok ay igisa, ibuhos ang labis na taba mula sa kawali, na nag-iiwan lamang ng ilang patak sa kawali. Ibuhos ang alak at sabaw ng manok, at sa katamtamang init, simutin ang ilalim ng kawali, paluwagin ang lahat ng mga particle na nakadikit sa ilalim at dissolving ang mga ito sa likido. O Maaari mong i-deglaze ang kawali sa mas tradisyonal na paraan. Magdagdag ng alak sa kawali at igisa sa mataas na init hanggang sa mabawasan ang volume ng kalahati, mga 2 hanggang 3 minuto.

h) Magdagdag ng sabaw ng manok at igisa sa mataas na init hanggang sa mabawasan ang volume ng kalahati, mga 1 minuto.

i) Ibalik ang portobellos sa kawali. Tikman, at ayusin ang mga pampalasa, kung kinakailangan. Satok ng sarsa sa ibabaw ng manok. maglingkod.

j) Ihain ang manok sa isang platter na pinalamutian ng mga sariwang sprigs ng Italian parsley o basil, alinmang herb ang pinili mong gamitin sa ulam.

27.Mga Pinirito sa hanginVegan Kabute Steak

MGA INGREDIENTS:

- 4 na portobello kabute, nilinis at tinanggal ang mga tangkay
- Kurutin ang asin ayon sa panlasa
- 3 kutsarang langis ng oliba
- 2 kutsarita ng tamari toyo
- 1 kutsaritang garlic puree

MGA TAGUBILIN:

a) Painitin muna ang Air Fryer sa 350F / 180C.
b) Pagsamahin ang tamari soy sarsa, olive oil, garlic puree at asin sa isang mangkok.
c) Idagdag ang mga kabute at ihalo.
d) I-air fry ang mushr ooms sa isang air fryer basket sa loob ng 10 minuto .

28.Talong At Portobello Lasagna

MGA INGREDIENTS:
- 1 pounds Plum tomatoes; quartered
- 1½ tasa ng magaspang na tinadtad na bumbilya ng haras
- 1 kutsarang Olive oil
- Nonstick vegetable oil spray
- 4 malalahari Japanese eggplants; pinutol, gupitin nang pahaba
- ⅓ mga hiwa na may kapal na pulgada
- 3 medium Portobello kabute; pinutol ang mga tangkay; mga takip na hiniwa
- 1 kutsarang suka ng bigas
- 3 tasang dahon ng spinach; nagbanlaw
- 4 Manipis na hiwa na low-fat mozzarella keso
- 2 Roasted red bell peppers mula sa garapon; pinatuyo, gupitin sa mga piraso
- 8 malalahari dahon ng Basil

MGA TAGUBILIN:

a) Painitin muna ang oven sa 400°F. Ayusin ang mga kamatis at haras sa 13x9x2-inch glass bahari dish. Ibuhos ang langis sa ibabaw; ihagis upang timpla. Maghurno hanggang malambot ang haras at magsimulang mag-brown, mga 45 minuto. Malamig.

b) Pagwilig ng 2 nonstick bahari sheet na may spray ng langis ng gulay. Ayusin ang mga hiwa ng talong at kabute sa mga inihatang sheet. Maghurno hanggang malambot ang mga gulay, mga 30 minuto para sa hiwa ng talong at 40 minuto para sa kabute. Pure tomato mixture sa processor. Ilipat sa salaan na nakalagay sa ibabaw ng mangkok. Pindutin ang solids upang kunin ang likido; itapon ang mga solido. Haluin ang suka sa likido. Timplahan ng asin at paminta ang vinaigrette.

c) Haluin ang spinach sa malahari nonstick skillet sa medium-high heat hanggang malanta, mga 1 minuto. Alisan sa init.

d) Painitin ang oven sa 350°F. Mag-spray ng apat na 1¼-cup custard dish na may spray ng vegetable oil. Linyagan ang bawat ulam ng 2 hiwa ng talong sa pattern ng crisscross.

e) Budburan ng asin at paminta. Itaas ang bawat isa ng ¼ ng spinach. Ibabaw ang bawat isa ng 1 mozzarella slice. Ayusin ang mga piraso ng paminta sa ibabaw, pagkatapos ay basil at kabute.

f) Itaas ang natitirang mga hiwa ng talong, gupitin upang magkasya. Budburan ng asin at paminta. Takpan ang bawat ulam ng foil.

g) Maghurno ng lasagnas hanggang malambot, mga 25 minuto. Alisin ang foil. Gamit ang maliit na kutsilyo, gupitin ang mga gulay upang lumuwag. Baliktarin sa mga plato.

h) Satok ng vinaigrette sa ibabaw.

29.Inihurnong Portobellos Rom esco

MGA INGREDIENTS:

- 6 ounces Portobello kabute
- ½ kilo ng spaghetti
- Asin at paminta
- ½ tasa Paboritong sabaw
- 1 tasang tinadtad na sibuyas
- 1 tasang tinadtad na pulang paminta o talong, o ½ tasa bawat isa
- 1 sibuyas ng bawang, tinadtad
- 2 kutsarang sariwang tinadtad na perehil
- 1 lata (16 ounces) tomato sarsa
- 1 kutsarita ng Walang karne Worcestershire sarsa
- ½ kutsarita ng pinatuyong oregano
- ¼ tasa Grated na walang taba na Parmesan keso

MGA TAGUBILIN:

a) Painitin muna ang oven para mag-ihaw. Pakuluan ang isang malahari palayok ng tubig. Linisin ang mga kabute, timplahan ng asin at paminta, at iprito ng ilang minuto sa magkabilang panig.

b) Samantala, lutuin ang pasta sa kumukulong tubig hanggang al dente. Gupitin ang mga kabute sa mahabang piraso na humigit-kumulang ½ ang lapad. Alisan ng tubig ang pasta, ilagay sa isang casserole dish na bahagyang na-spray ng Pam, at itaas na may kabute. Bawasan ang temperatura ng oven sa 350 degrees Fahrenheit.

c) Pakuluan ang sabaw sa kawali.

d) Igisa ang mga sibuyas, bawang, perehil, at paminta/talong sa sabaw ng halos limang minuto. Magdagdag ng tomato sarsa, Worcestershire sarsa, at oregano at magluto ng dalawa pang minuto. Ibuhos sa pasta at kabute. Budburan ng keso.

e) Takpan at maghurno ng mga 30 minuto.

30.Kabute Spinach Pasta

MGA INGREDIENTS:
- 3 kutsarang extra virgin olive oil
- ½ tasa ng manipis na hiniwang shallot o pulang sibuyas
- kosher na asin
- 10 onsa puting butones na kabute, gupitin sa maliliit na piraso
- 8 ounces portobello kabute caps, hiniwa
- 2 sibuyas ng bawang, pinong tinadtad
- ½ kutsarita ng dinurog na pulang sili
- Bagong giniling na itim na paminta sa panlasa
- 8 ounces pinatuyong pappardelle o fettuccine noodles
- ¼ tasa ng rosé o tuyong puting alak
- 3 kutsarang mantikilya
- ¼ tasa gadgad na Parmesan keso
- 5 onsa dahon ng baby spinach

MGA TAGUBILIN:

a) Pakuluan ang isang malahari palayok ng inasnan na tubig.

b) Maglagay ng malahari (12-pulgada) na kawali sa katamtamang init. Idagdag ang olive oil at shallots sa kawali kasama ang ½ kutsarita ng kosher salt. Lutuin hanggang sa lumambot ang shallots, madalas na pagpapakilos, mga 5 minuto.

c) Idagdag ang mga kabute sa kawali sa isang layer. Magluto nang hindi nagagambala sa loob ng 5 minuto, pagkatapos ay budburan ng ½ kutsarita ng asin at haluin ang mga ito kasama ang mga shallots. Haluin ang bawang, sili at itim na paminta at ipagpatuloy ang pagluluto ng 5 minuto pa, o hanggang sa lumambot at lumabas ang kanilang katas.

d) Habang nagluluto ang mga kabute, idagdag ang pasta sa tubig na kumukulo at lutuin ayon sa mga direksyon ng pakete. Alisan ng tubig.

e) Itaas ang init sa ilalim ng mga kabute sa medium-high at ibuhos sa alak. Hayaang bula at magluto ng 2 minuto. Haluin ang mantikilya hanggang matunaw.

f) Alisin ang kawali mula sa apoy at magdagdag ng ¼ tasa ng keso at spinach sa kawali. Haluin hanggang malanta ang mga dahon.

g) Idagdag ang nilutong pasta sa kawali at dahan-dahang ihalo ang sarsa. Ihain sa mga mangkok na may karagdagang keso na binudburan sa pasta. Ibuhos ang isang baso ng alak at magsaya!

31.Manok Marsala Lasagna

MGA INGREDIENTS:
- 12 lasagna noodles
- 4 kutsarita Italian seasoning, hinati
- 1 kutsarita ng asin
- ¾ pound walang buto na walang balat na suso ng manok, nakakubo
- 1 kutsarang langis ng oliba
- ¼ tasa ng pinong tinadtad na sibuyas
- ½ tasa ng mantikilya, cubed
- ½ libra na hiniwang baby portobello na kabute
- 12 bawang cloves, tinadtad
- 1½ tasang sabaw ng baka
- ¾ tasa ng Marsala wine, hinati
- ¼ kutsarita ng magaspang na paminta
- 3 kutsarang gawgaw
- ½ tasa ng pinong tinadtad na ganap na lutong ham
- 1 karton (15 onsa) ricotta keso
- 10-onsa na pakete ng frozen na tinadtad na spinach, lasaw at tuyo
- 2 tasang ginutay-gutay na timpla ng Italian keso
- 1 tasa ng gadgad na Parmesan keso, hinati
- 2 malalahari itlog, bahagyang pinalo

MGA TAGUBILIN:

a) Magluto ng noodles ayon sa mga direksyon ng pakete; alisan ng tubig. Samantala, paghaluin ang 2 kutsarita ng Italian seasoning at asin; iwisik sa dibdib ng manok. Sa isang malahari kawali, magpainit ng mantika sa katamtamang init. Magdagdag ng manok; igisa hanggang hindi na pink. Alisin at panatilihing mainit-init.

b) Sa parehong kawali, magluto ng sibuyas sa mantikilya sa katamtamang init sa loob ng 2 minuto. Gumalaw sa mga kabute; lutuin hanggang malambot, 4-5 minuto pa. Magdagdag ng bawang; lutuin at haluin ng 2 minuto.

c) Haluin ang sabaw, ½ tasa ng alak, at paminta; pakuluan. Paghaluin ang gawgaw at natitirang alak hanggang makinis; haluin sa kawali. Dalhin sa isang pigsa; lutuin at haluin hanggang lumapot, mga 2 minuto. Haluin ang ham at manok.

d) Painitin ang hurno sa 350°. Pagsamahin ang ricotta keso, spinach, Italian keso blend, ¾ cup Parmesan keso, mga itlog, at natitirang Italian seasoning. Ikalat ang 1 tasang pinaghalong manok sa isang greased na 13x9-in. bahari dish. Layer na may 3 noodles, humigit-kumulang ¾ tasa ng timpla ng manok, at humigit-kumulang 1 tasa ng halo ng ricotta. Ulitin ang mga layer ng 3 beses.

e) Maghurno, sakop, 40 minuto. Budburan ng natitirang Parmesan keso. Maghurno, walang takip, hanggang sa mabula ang kaserol at matunaw ang keso, 10-15 minuto. Hayaang tumayo ng 10 minuto bago putulin.

32.Ligaw Kabute Mga bola-bola

MGA INGREDIENTS:

- 2 kutsarita ng langis ng oliba
- 1 dilaw na sibuyas, tinadtad ng pinong
- 2 Shallots, binalatan at tinadtad
- ⅛ kutsarita ng Asin
- 1 tasang Dry shiitake kabute
- 2 tasa Mga kabute ng Portobello
- 1 paketeng Tngu
- ⅓ tasa toasted wheat germ
- ⅓ tasa ng panko
- 2 kutsarang Lite toyo
- 1 kutsarita Liquid smoke flavoring
- ½ kutsarita Granulated bawang
- ¾ tasa Mabilis na pagluluto ng mga oats

MGA TAGUBILIN:

a) Igisa ang mga sibuyas, shallots, at asin sa olive oil sa loob ng mga 5 minuto.

b) Tangkayin ang pinalambot na shiitake kabute, at tadtarin ang mga ito gamit ang mga sariwang kabute sa isang food processor. Idagdag sa mga sibuyas.

c) Magluto ng 10 minuto, haluin paminsan-minsan upang hindi dumikit.

d) Paghaluin ang mga kabute na may mashed tngu, idagdag ang natitirang mga sangkap, at haluing mabuti.

e) Basain ang mga kamay para hindi dumikit at mabuo sa Mga bola-bola.

f) Maghurno ng 25 minuto, lumiko nang isang beses pagkatapos ng 15 minuto.

33.Artichoke at Portobello Risotto

MGA INGREDIENTS:
- 2 Globe artichoke
- 2 kutsarang mantikilya na nakabatay sa halaman
- 1 limon
- 2 kutsarang langis ng oliba
- 1 Portobello kabute
- 2½ tasang stock ng gulay
- 1 sibuyas; tinadtad
- 1 tasa ng tuyong puting alak
- 2 sibuyas ng bawang; tinadtad
- Asin at paminta; sa panlasa
- 1 tasang Arborio kanin
- 1 kutsarang perehil; tinadtad

MGA TAGUBILIN:

a)   Juice ½ lemon sa isang mangkok at magdagdag ng sapat na tubig upang matakpan ang articho ke.

b)   Gupitin ang kabute sa quarters.

c)   Hiwain ang mga kabute nang napakanipis.

d)   Haluin ang mga nakareserbang artichoke, hiniwang kabute, at perehil.

e)   Microwave .

34.Portobello Kabute Enchiladas

MGA INGREDIENTS:
- 2 kutsarang langis ng oliba
- 4 na portobello kabute, hiniwa
- 1 sibuyas, tinadtad
- 2 sibuyas ng bawang, tinadtad
- 1 lata (15 ounces) black beans, pinatuyo at binanlawan
- 1 kutsarita ng ground cumin
- Asin at paminta para lumasa
- 8-10 corn tortillas
- 1 ½ tasang ginutay-gutay na Monterey Jack keso
- 1 lata (15 onsa) enchilada sarsa

MGA TAGUBILIN:
a) Painitin muna ang oven sa 350°F.
b) Sa isang malahari kawali, init ang langis ng oliba sa medium-high heat.
c) Idagdag ang hiniwang portobello kabute sa kawali at igisa hanggang malambot at mag-brown, mga 5-7 minuto.
d) Idagdag ang tinadtad na sibuyas at bawang sa kawali at igisa hanggang mabango, mga 2-3 minuto.
e) Idagdag ang black beans, cumin, asin, at paminta sa kawali at pukawin hanggang sa maayos na pinagsama.
f) Painitin ang corn tortillas sa microwave o sa isang kawaling kawal hanggang sa lumambot at malambot ang mga ito.
g) Ibuhos ang isang maliit na halaga ng enchilada sarsa sa ilalim ng isang 9x13-inch bahari dish.
h) Maglagay ng masaganang kutsara ng kabute at black bean mixture sa bawat tortilla at igulong nang mahigpit.
i) Ilagay ang pinagsama-samang tortillas na pinagtahian pababa sa bahari dish.
j) Ibuhos ang natitirang enchilada sarsa sa ibabaw ng enchilada.
k) Iwiwisik ang ginutay-gutay na Monterey Jack keso sa ibabaw ng mga enchilada.
l) Maghurno sa preheated oven sa loob ng 20-25 minuto, o hanggang sa matunaw at bubbly ang keso.
m) Palamutihan ng sariwang cilantro at ihain nang mainit.

35.Semolina Gnocchi na may Portobello Kabutes

MGA INGREDIENTS:
- 1 tasa ng semolina gnocchi
- 2 Portobello kabute, hiniwa
- 1 kamatis, hiniwa
- Langis ng oliba para sa pagprito
- Asin at paminta para lumasa

MGA TAGUBILIN:

a) Lutuin ang semolina gnocchi ayon sa mga tagubilin sa pakete hanggang sa lumutang sila sa ibabaw. Patuyuin at itabi.

b) Init ang langis ng oliba sa isang kawali sa katamtamang init.

c) Idagdag ang hiniwang Portobello kabute at diced tomato sa kawali. Lutuin hanggang lumambot ang kabute at lumabas ang katas ng kamatis.

d) Idagdag ang nilutong gnocchi sa kawali at iprito hanggang maging golden brown at malutong.

e) Timplahan ng asin at paminta ayon sa panlasa.

f) maglingkod.

36.T acos na may Micro berde sa keso ng kambing

MGA INGREDIENTS:
- 4 na takip ng kabute ng portobello, tinanggal ang mga tangkay
- 1 chipotle pepper sa adobo sarsa
- 2 poblano peppers
- 2 pulang kampanilya paminta
- 2 kutsarang langis ng oliba
- 2 kutsarita ng kosher na asin
- 4 na onsa ng keso ng kambing
- 1 kalamansi, tinadtad
- 10 4-inch corn tortillas , toasted

G ARNISH:
- S picy microgreens
- Mga dagdag na lime wedges
- Tinadtad na cilantro
- Queso fresco

MGA TAGUBILIN:
a) Painitin muna ang grill sa humigit-kumulang 500-600 degrees.
b) Paghaluin ang red bell pepper, poblano pepper, at kabute caps na may asin at mantika.
c) Ihawin ang mga gulay sa loob ng 8 minuto .
d) Itabi upang lumamig.
e) Kapag ang mga gulay ay lumamig, hiwain ang mga ito sa manipis na piraso, itapon ang mga tuktok ng paminta at mga buto.
f) Sa food processor, purong e ang goat keso, chipotle pepper, at lime juice habang iniihaw ang mga gulay.
g) Ilagay ang mga inihaw na gulay sa tortillas, itaas ang microgreens, at lagyan ng ambon na may kumalat na goat keso.
h) Ihain kasama ng lime wedges.

37.Ugat ng celery Ravioli na May Celery/Kabute Filling

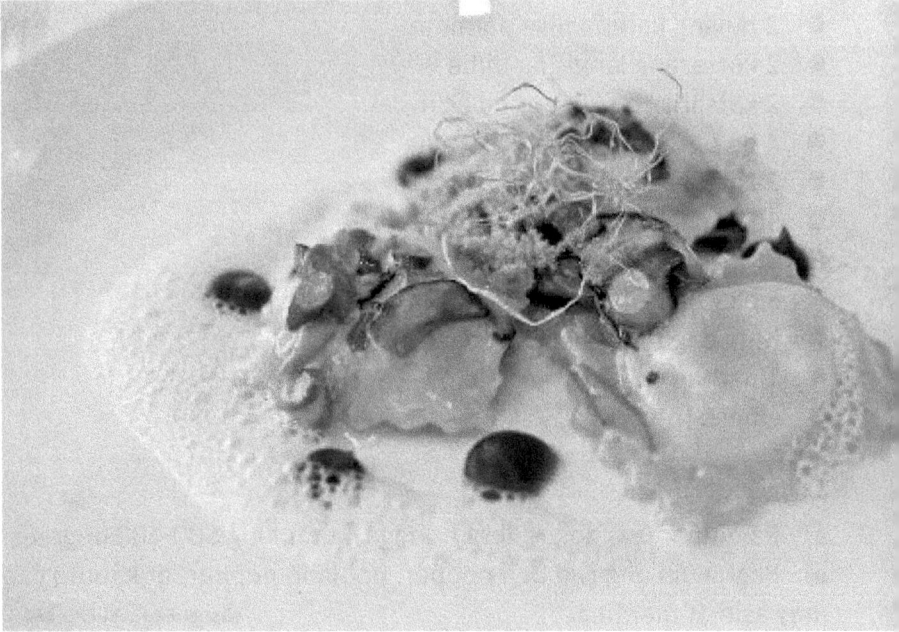

MGA INGREDIENTS:

- ½ tasa diced carrot
- ½ tasa Diced celery
- ½ tasang Diced Spanish na sibuyas
- 6 kutsarita ng langis ng oliba
- 2 Mga ugat ng kintsay; binalatan
- 3 Portobello kabute
- Asin at paminta
- 1 tasang bawang
- 1 sprig rosemary
- 1 tangkay ng kintsay; diced
- 1 kutsarang diced shallots
- 2 kutsarang tinadtad na sariwang damo (hal. perehil, chives)
- 2 tasang Flat-leaf na dahon ng perehil
- 1 Recipe Red Wine Reduction; sumusunod ang recipe

MGA TAGUBILIN:

a) Sa isang katamtamang kasirola, i-caramelize ang mga karot, kintsay, at sibuyas sa 2 kutsarita ng langis ng oliba.

b) Idagdag ang ugat ng kintsay, takpan ng tubig ang tatlong-kapat ng daan, at takpan ang kawali. Dahan-dahang igisa sa loob ng 45 hanggang 60 minuto o hanggang lumambot.

c) Alisin ang ugat ng kintsay mula sa braising liquid at ganap na palamig. Ireserba ang braising liquid. Gupitin ang ugat ng kintsay upang kuwadrado- at hiwain ng manipis ang papel. Linisin ang Portobello kabute sa pamamagitan ng pag-alis ng mga tangkay at ang madilim na kayumanggi sa ilalim.

d) Gupitin sa quarters, timplahan ng asin at paminta, at ibuhos ng 2 kutsarita ng langis ng oliba. Ilagay sa ovenprong pan na may bawang at rosemary at takpan ng aluminum foil.

e) Maghurno sa 350 degrees para sa 30 hanggang 40 minuto, o hanggang malambot. Sa isang medium sauté pan, igisa ang diced celery at shallot sa 1 kutsarita ng olive oil. Dice ang mga inihaw na kabute at ihagis sa pinaghalong kintsay at mga damo.

f) Sa isang sauté pan, hilahin ang Italian parsley sa 1 kutsarita ng langis ng oliba at 1 kutsara ng braising liquid.

g) Ilagay ang mga hiwa ng ugat ng kintsay sa isang sheet pan na may isang dash ng braising liquid, timplahan ng asin at paminta, at maghurno sa 350 degrees para sa 3 hanggang 4 na minuto upang muling magpainit. Maglagay ng 1 hiwa ng ugat ng kintsay sa isang plato at itaas ang pinaghalong kabute at kintsay.

h) Maglagay ng isang piraso ng perehil sa itaas at takpan ng isa pang piraso ng ugat ng kintsay. Pagdiin ang mga gilid ng ugat ng kintsay nang magkasama at ilagay ang maliliit na kurot ng nilagang Italian parsley sa bawat sulok.

i) Magpahid ng Red Wine Reduction sa paligid ng mga gilid ng bawat plato.

38.Chestnut At Matamis Patatas Gnocchi

MGA INGREDIENTS:
GNOCCHI
- 1 + ½ tasa ng Inihaw na kamote
- ½ tasa ng Chestnut Flour
- ½ tasa Buong gatas na ricotta
- 2 kutsarita ng kosher na asin
- ½ tasang gluten-free na harina
- Puting paminta sa panlasa
- Pinausukang paprika sa panlasa

KABUTE & CHESTNUT RAGU
- 1 tasang butones na kabute, hiwain sa 4
- 2-3 portobello kabute, hiniwa sa pinong piraso
- 1 tray ng shimeji kabute (puti o kayumanggi)
- ⅓ tasa ng kastanyas, diced
- 2 kutsarang mantikilya
- 2 shallots, pinong tinadtad
- 2 sibuyas ng bawang, pinong tinadtad
- 1 kutsarita tomato paste
- White wine (sa panlasa)
- Kosher salt (sa panlasa)
- 2 kutsarang sariwang Sage, pinong tinadtad
- Parsley sa panlasa

TAPUSIN
- 2 kutsarang langis ng oliba
- Parmesan Keso (sa panlasa)

MGA TAGUBILIN:

GNOCCHI

a) Painitin ang oven sa 380 degrees.

b) Butasan ang kamote sa kabuuan gamit ang isang tinidor.

c) Ilagay ang kamote sa isang rimmed bahari sheet at igisa ng mga 30 minuto, o hanggang malambot. Hayaang lumamig nang bahagya.

d) Balatan ang kamote at ilipat ang mga ito sa isang food processor. Pure hanggang makinis.

e) Sa isang malahari mangkok, pagsamahin ang mga tuyong sangkap (chestnut flour, asin, gluten-free na harina, puting paminta, at pinausukang paprika), at panatilihin ang mga ito sa gilid.

f) Ilipat ang katas ng kamote sa isang malahari mangkok. Idagdag ang ricotta at idagdag ang ¾ ng pinatuyong halo. Ilipat ang kuwarta sa ibabaw ng trabaho na puno ng harina at dahan-dahang masahin ang mas maraming harina hanggang sa magsama-sama ang kuwarta ngunit napakalambot pa rin.

g) Hatiin ang kuwarta sa 6-8 piraso at igulong ang bawat piraso sa isang lubid na 1 pulgada ang kapal.

h) Gupitin ang mga lubid sa 1-pulgadang haba at lagyan ng alikabok ang bawat piraso ng gluten-free na harina.

i) I-roll ang bawat gnocchi laban sa mga tines ng isang floured fork upang makagawa ng maliliit na indentations.

j) Ilagay ito sa isang tray sa chiller hanggang hata ka nang gamitin ito.

KABUTE & CHESTNUT RAGU

k) Sa isang mainit na kawali, matunaw ang mantikilya at magdagdag ng isang pakurot ng asin.

l) Idagdag ang shallots, bawang, at sage at igisa ng 10 minuto hanggang sa maging translucent ang shallots.

m) Idagdag ang lahat ng mga kabute at igisa sa mataas na init, patuloy na pagpapakilos.

n) Ilagay ang tomato paste at white wine at hayaang mabawasan hanggang sa lumambot at lumambot ang kabute.

o) Itaas ang ragu na may sariwang tinadtad na perehil at diced na mga kastanyas. Itabi.

TAPUSIN

p) Pakuluan ang isang malahari palayok ng inasnan na tubig. Idagdag ang gnocchi ng kamote at lutuin hanggang lumutang sa ibabaw, mga 3-4 minuto.

q) Gamit ang isang slotted na kutsara, ilipat ang gnocchi sa isang malahari plato. Ulitin sa natitirang gnocchi.

r) Matunaw ang 2 kutsarang langis ng oliba sa isang malahari kawali.

s) Idagdag ang gnocchi, dahan-dahang pagpapakilos, hanggang ang gnocchi ay caramelized.

t) Idagdag ang kabute Ragu at magdagdag ng ilang kutsara ng gnocchi water.

u) Haluing malumanay at hayaang maluto ng 2-3 minuto sa Mataas na init.

v) Ihain na may sprinkle ng Parmesan keso sa ibabaw.

39.Kamatis na Pinatuyo sa Araw at Feta Portobellos

MGA INGREDIENTS:
- 4 na malalahari Portobello kabute
- ½ tasang durog na feta keso
- ¼ tasa tinadtad na mga kamatis na pinatuyong araw
- ¼ tasa tinadtad na sariwang perehil
- 1 sibuyas ng bawang, tinadtad
- ¼ tasang breadcrumbs
- Asin at paminta para lumasa

MGA TAGUBILIN:
a) Painitin muna ang oven sa 375°F.
b) Linisin ang Portobello kabute at alisin ang mga tangkay.
c) Sa isang mangkok, paghaluin ang durog na feta keso, tinadtad na sun-dried na kamatis, tinadtad na sariwang perehil, tinadtad na bawang, breadcrumb, asin, at paminta.
d) Lagyan ng halo ang bawat kabute.
e) Ilagay ang mga pinalamanan na kabute sa isang bahari sheet.
f) Maghurno ng 20-25 minuto o hanggang sa lumambot ang kabute at matunaw ang keso.
g) Ihain nang mainit.

40.Kabute Tacos na may Chipotle Krema

MGA INGREDIENTS:
- 1 katamtamang pulang sibuyas, hiniwa ng manipis
- 1 malahari portobello kabute, diced sa ½-inch cube
- 6 cloves na bawang, tinadtad
- Sea salt sa panlasa
- 12 6-pulgada na corn tortillas
- 1 tasang Chipotle Krema Sarsa
- 2 tasang ginutay-gutay na romaine lettuce
- ½ tasa tinadtad na sariwang cilantro

MGA TAGUBILIN:
a) Init ang isang malahari kawali sa medium-high heat.

b) Idagdag ang pulang sibuyas at portobello kabute, at iprito sa loob ng 4 hanggang 5 minuto.

c) Magdagdag ng tubig 1 hanggang 2 kutsara sa isang pagkakataon upang hindi dumikit ang sibuyas at kabute.

d) Idagdag ang bawang at lutuin ng 1 minuto. Timplahan ng asin.

e) Habang nagluluto ang mga kabute, magdagdag ng 4 na tortilla sa isang nonstick skillet at painitin ang mga ito ng ilang minuto hanggang sa lumambot.

f) Ibalik ang mga ito at painitin ng 2 minuto pa. Alisin

41.Tomato Risotto & Portobello Kabute

MGA INGREDIENTS:

- 1 libra Mga sariwang kamatis; hinati at pinagbinhan
- Patak ng langis ng oliba
- asin
- Bagong giniling na itim na paminta
- 4 Portobello kabute; stemmed at nilinis
- 1 libra vegan keso; hiniwa
- 1 kutsarang Olive oil
- 1 tasang tinadtad na sibuyas
- 6 tasang Tubig
- 1 kutsarita tinadtad na bawang
- 1 libra Arborio kanin
- 1 kutsarang unsalted plant-based butter
- ¼ tasa ng plant-based na heavy krema
- 3 kutsarang tinadtad na berdeng sibuyas

MGA TAGUBILIN:

a) Painitin muna ang grill sa 400 degrees. Sa isang mangkok ng paghahalo, ihagis ang mga kamatis na may langis ng oliba, asin, at paminta. Ilagay sa grill at lutuin ng 2 hanggang 3 minuto sa bawat panig. Alisin sa grill at itabi. Painitin ang oven sa 400 degrees.

b) Ilagay ang portobello kabute sa isang bahari sheet na may linyang parchment, pataas ang lukab. Ibuhos ang magkabilang panig ng kabute na may langis ng oliba.

c) Timplahan ng asin at paminta ang magkabilang panig. Fan ang isang quarter ng vegan keso sa bawat lukab ng kabute.

d) Ilagay sa oven at lutuin hanggang ang mga kabute ay malambot at ang keso ay bubbly mga 10 minuto. Init ang langis ng oliba sa isang kawali sa katamtamang init.

e) Idagdag ang mga sibuyas. Timplahan ng asin at paminta. Igisa hanggang ang mga sibuyas ay bahagyang lumambot, mga 3 minuto.

f) Idagdag ang tubig at bawang. Dalhin ang timpla sa isang pigsa, bawasan ang init sa katamtaman, at kumulo para sa mga 6 na minuto.

g) Idagdag ang kanin at kumulo, patuloy na pagpapakilos hanggang sa maging kremay at bubbly ang timpla, mga 18 minuto. Haluin ang plant-based butter, Plant-based na krema, vegan keso, at berdeng mga sibuyas.

h) Kumulo ng halos 2 minuto, patuloy na pagpapakilos. Alisin mula sa apoy at ihalo ang mga kamatis. Upang ihain, hatiin ang bawat portobello sa apat na bahagi. Ilagay ang risotto sa bawat serving dish. Maglagay ng 2 hiwa ng portobello sa ibabaw ng risotto.

i) Palamutihan ng perehil.

42.Kabute Goulash

MGA INGREDIENTS:
- 1 kutsarang langis ng oliba
- 1 malahari dilaw na sibuyas, tinadtad
- 3 sibuyas ng bawang, tinadtad
- 1 malahari russet patatas, gupitin sa 1/2-inch na dice
- 4 na malalahari Portobello kabute, bahagyang binanlawan, tinapik-tapik, at pinutol sa 1-pulgadang mga tipak
- 1 kutsarang tomato paste
- 1/2 tasa ng tuyong puting alak
- 11/2 kutsarang matamis na Hungarian paprika
- 1 kutsarita ng caraway seeds
- 11/2 tasa sariwa o de-latang pinaasim na repolyo, pinatuyo
- 11/2 tasa ng sabaw ng gulay, gawang bahay (tingnan ang Banayad na Sabaw ng Gulay) o binili sa tindahan, o tubig Asin at sariwang giniling na itim na paminta
- 1/2 tasa ng vegan sour krema, gawang bahay (tingnan ang Tngu Sour Krema) o binili sa tindahan

MGA TAGUBILIN:
a) Sa malahari kasirola, init ang mantika sa katamtamang init. Idagdag ang sibuyas, bawang, at patatas. Takpan at lutuin hanggang lumambot, mga 10 minuto.

b) Idagdag ang mga kabute at lutuin, walang takip, 3 minuto pa. Ihalo ang tomato paste, alak, paprika, caraway seeds, at sauerkraut. Idagdag ang sabaw at pakuluan, pagkatapos ay bawasan ang apoy at timplahan ng asin at paminta ayon sa panlasa.

c) Takpan at kumulo hanggang malambot ang mga gulay at lumambot ang lasa, mga 30 minuto.

d) Kutsara ang tungkol sa 1 tasa ng likido sa isang maliit na mangkok. Idagdag ang kulay-gatas, pagpapapakilos upang timpla. Pukawin ang pinaghalong kulay-gatas pabalik sa kasirola at tikman, pagsasaayos ng mga panimpla kung kinakailangan.

e) Ihain kaagad.

43.Portobellos na binalot ng pastry

MGA INGREDIENTS:

- 5 malalahari Portobello kabute, bahagyang binanlawan at pinatuyo
- 2 kutsarang langis ng oliba
- 1 medium na bungkos na berdeng sibuyas, tinadtad
- 1/2 tasa ng makinis na tinadtad na mga walnuts
- 1 kutsarang toyo
- 1/2 tasa tuyong walang seasoned na mumo ng tinapay
- 1/2 kutsarita pinatuyong thyme
- Asin at sariwang giniling na itim na paminta
- 1 sheet frozen puff pastry, lasaw

MGA TAGUBILIN:

a) Stem ang kabute at reserba. Maingat na simutin ang hasang sa mga kabute at itabi ang 4 na takip ng kabute. Hiwain ang ikalimang kabute at ang mga nakareserbang tangkay at itabi.

b) Sa isang malahari kawali, painitin ang 1 kutsara ng mantika sa katamtamang init. Idagdag ang mga tinadtad na kabute, berdeng sibuyas, at mga walnut, at lutuin, pagpapakilos ng 5 minuto. Ilipat sa isang malahari mangkok at itabi upang palamig.

c) Sa parehong kawali, init ang natitirang 1 kutsara ng mantika. Idagdag ang nakareserbang kabute caps at lutuin hanggang lumambot ng bahagya. Budburan ng toyo at lutuin hanggang sa sumingaw ang likido. Itabi sa mga tuwalya ng papel upang palamig at maubos ang anumang likido.

d) Idagdag ang mga mumo ng tinapay, thyme, at asin at paminta sa panlasa sa lutong pinaghalong kabute. Haluing mabuti, at pagkatapos ay itabi hanggang sa ganap na lumamig. Painitin muna ang oven sa 425°F.

e) Unfold ang puff pastry sheet sa isang lightly floured work surface at quarter. Pagulungin nang bahagya ang bawat piraso ng pastry para makagawa ng 5-pulgadang parisukat.

f) Igitna ang bawat takip ng kabute sa isang pastry square, gilid ng hasang. Pindutin ang isang-kapat ng pinaghalong palaman sa bawat takip ng kabute. Tiklupin ang pastry sa bawat kabute upang ilakip, bahagyang magkakapatong. Pindutin ang mga gilid nang magkasama upang mai-seal. Itakda ang mga bundle, tahiin ang gilid pababa, sa isang bahari sheet.

g) Gumamit ng isang maliit na kutsilyo upang putulin ang ilang maliliit na singaw sa tuktok ng pastry.

h) Maghurno hanggang sa maging golden brown ang pastry, mga 12 minuto.

i) Ihain kaagad.

44.Patatas at Artichoke–Pinalamanan Portobello Kabutes

MGA INGREDIENTS:

- 1 pound Yukon Gold na patatas, binalatan at pinutol sa 1/2-pulgada na dice
- 1 kutsarang vegan margarine
- 2 kutsarang nutritional yeast
- Asin at sariwang giniling na itim na paminta
- 11/2 tasa ng de-latang o nilutong frozen na artichoke na puso
- 2 kutsarang langis ng oliba
- 1/2 tasa tinadtad na sibuyas
- 3 sibuyas ng bawang, tinadtad
- 1 kutsaritang tinadtad na sariwang thyme o 1/2 kutsarita na tuyo
- 4 na malalahari takip ng kabute ng Portobello, bahagyang binanlawan at tinapik sa tuyo

MGA TAGUBILIN:

a) I-steam ang patatas hanggang lumambot, mga 15 minuto. Ilipat ang steamed patatas sa isang malahari mangkok. Idagdag ang margarine, nutritional yeast, at asin at paminta sa panlasa. Mash mabuti. Pinong tumaga ang niluto o de-latang artichoke na puso at idagdag ang mga ito sa patatas. Haluin upang pagsamahin at itabi.

b) Painitin muna ang oven sa 375°F. Banayad na mantika ang isang 9 x 13-inch bahari pan at itabi. Sa isang malahari kawali, painitin ang 1 kutsara ng mantika sa katamtamang init. Idagdag ang sibuyas, takpan, at lutuin hanggang lumambot, mga 5 minuto.

c) Idagdag ang bawang at lutuin, walang takip, 1 minuto pa. Idagdag ang thyme at asin at paminta sa panlasa. Magluto ng 5 minuto upang timpla ang mga lasa.

d) Haluin ang pinaghalong sibuyas sa pinaghalong patatas at ihalo hanggang sa mahusay na timpla.

e) Gamitin ang gilid ng isang kutsarita upang simutin at itapon ang kayumangging hasang mula sa ilalim ng mga takip ng kabute. Maingat na kutsara ang pinaghalong palaman sa mga takip ng kabute, i-pack ang mga ito nang mahigpit at pakinisin ang mga tuktok.

f) Ilipat ang mga pinalamanan na kabute sa inihatang bahari pan at ibuhos ang natitirang 1 kutsarang mantika.

g) Budburan ng paprika, takpan ng mahigpit na may foil, at maghurno hanggang sa lumambot ang mga kabute at mainit ang palaman, mga 20 minuto.

h) Alisan ng takip at lutuin hanggang sa bahagyang browned ang palaman, mga 10 minuto pa. Ihain kaagad.

45.Mga Baboy Sausages na May Kabute

MGA INGREDIENTS:
- 2 malalahari Portobello kabute
- 6 oz. mga sausage ng baboy
- ½ tasa ng sarsa ng marinara
- ½ tasa ng buong gatas na ricotta keso
- ½ tasa ng buong gatas na mozzarella keso, ginutay-gutay
- ¼ tasa ng perehil, tinadtad

MGA TAGUBILIN:
a) Lagyan ng baboy sausage ang bawat kabute.
b) Ilagay ang ricotta keso sa ibabaw ng mga sausage at mag-ukit ng dent sa gitna.
c) Ibuhos ang marinara sarsa sa ibabaw ng ricotta keso.
d) Takpan ng mozzarella keso sa ibabaw, at ilagay ang kabute sa instant pot.
e) I-secure ang takip, piliin ang 'manual' function at magluto ng 35 minuto sa mataas na presyon.
f) 'Natural release' ang singaw, pagkatapos ay tanggalin ang takip.
g) Ihain kaagad.

46.Kalabasa Farro Pilaf kasama ang Portobellos

MGA INGREDIENTS:
- 1 tasa mabilis na pagluluto farro
- 1 tasa ng asukal na kalabasa, gupitin sa 1/2 pulgadang mga tipak
- 1 tasang portobello kabute, tinadtad
- 1 katamtamang sibuyas
- 2 tasang sabaw ng manok
- 3 cloves tinadtad na bawang
- 1 kutsarang langis ng oliba
- 1/2 tsp turmerik
- 1/4 tsp pinausukang paprika
- keso ng parmesan
- Asin at paminta para lumasa

MGA TAGUBILIN:

a)   Sa isang malahari kawali, magdagdag ng langis ng oliba at sibuyas. Igisa sa loob ng 5-7 minuto sa katamtamang mababang init hanggang sa bahagyang browned at caramelized

b)   At kalabasa, kabute, pinausukang paprika, at bawang. Ipagpatuloy ang paggisa ng 5 minuto hanggang lumambot ang mga kabute.

c)   Magdagdag ng farro, sage, at 2 tasang sabaw ng manok (sabaw ng gulay kung vegan). Pakuluan sa katamtamang mababang init sa loob ng 15 minuto hanggang ang likido ay mababad sa farro. Patayin at takpan ng takip. Hayaang umuusok ng isa pang 10 minuto.

d)   Timplahan ng asin at paminta ayon sa panlasa. Fluff na may tinidor, itaas na may parmesan keso at higit pang sage.

47.Inihaw na Sausage At Portobello

MGA INGREDIENTS:
- 2 pounds Mga kamatis; hinati
- 1 malahari Portobello kabute
- 1 kutsarang langis ng gulay
- 1 kutsarita ng asin; hinati
- 1 pounds na Matamis Italian sausage
- 2 kutsarang langis ng oliba
- 1 kutsaritang tinadtad na bawang
- ¼ kutsarita ng Thyme
- ¼ kutsarita Bagong giniling na paminta
- 1 libra Rigatoni

MGA TAGUBILIN:

a) Init na grill

b) I-brush ang mga kamatis at kabute na may vegetable oil at timplahan ng ½ kutsarita ng asin. Mag-ihaw sa katamtamang init na init hanggang lumambot, 5 hanggang 10 minuto para sa mga kamatis at 8 hanggang 12 minuto para sa kabute, umiikot nang isang beses. Mag-ihaw ng mga sausage 15 hanggang 20 minuto, umiikot nang isang beses.

c) Dice kamatis; segment sausage at kabute; Lumipat sa malahari ulam. Paghaluin ang langis ng oliba, bawang, natitirang ½ kutsarita ng asin, thyme at paminta.

d) Ihalo sa mainit na rigatoni.

48.Portobello Florentine

MGA INGREDIENTS:

- 1 batch na Inihaw na Portobello Kabutes
- 2 tasang cauliflower florets (mula sa ½ ng isang medium na ulo)
- ¼ tasa Stock ng Gulay o low-sodium na sabaw ng gulay
- 2 kutsarang sariwang lemon juice
- ⅛ kutsarita ng cayenne pepper
- 1 libra sariwang spinach
- Asin at sariwang giniling na itim na paminta sa panlasa

MGA TAGUBILIN:

a) Pagsamahin ang cauliflower, stock ng gulay, lemon juice, at cayenne pepper sa isang katamtamang kasirola at pakuluan sa mataas na apoy. Bawasan ang init sa katamtaman at lutuin hanggang malambot ang cauliflower, mga 8 hanggang 10 minuto. I-pure ang pinaghalong gamit ang isang immersion blender, o ilipat ito sa isang blender na may mahigpit na takip at takpan ito ng tuwalya, katas hanggang mag-atas, at ibalik ang cauliflower hollataise sa kawali upang manatiling mainit.

b) Idagdag ang spinach sa isang malahari palayok na may ¼ tasa ng tubig. Lutuin, takpan, sa katamtamang apoy hanggang sa matuyo ang spinach. Patuyuin at timplahan ng asin at paminta.

c) Upang ihain, maglagay ng Grilled Portobello Kabute sa bawat isa sa apat na indibidwal na plato at hatiin ang spinach sa pagitan ng mga kabute. Satok ang sarsa sa ibabaw ng spinach at ihain nang mainit.

49.Goji Baya At Spinach Pinalamanan Kabutes

MGA INGREDIENTS:

- Malahari kabute (tulad ng cremini o portobello)
- 1 tasa sariwang spinach, tinadtad
- 1/4 tasa ng goji berries
- 1/4 tasa ng breadcrumbs
- 2 kutsarang gadgad na Parmesan keso
- 2 kutsarang tinadtad na sariwang perehil
- Asin at paminta para lumasa

MGA TAGUBILIN:

a) Painitin muna ang oven sa 375°F (190°C) at lagyan ng parchment paper ang isang bahari sheet.

b) Alisin ang mga tangkay mula sa mga kabute at itabi.

c) Sa isang mangkok, pagsamahin ang tinadtad na spinach, goji berries, breadcrumbs, Parmesan keso, parsley, asin, at paminta.

d) Lagyan ng pinaghalong spinach at goji baya ang bawat takip ng kabute.

e) Ilagay ang mga pinalamanan na kabute sa inihatang bahari sheet.

f) Maghurno ng 15-20 minuto o hanggang sa lumambot ang kabute at maging golden brown ang laman.

g) Alisin sa oven at hayaang lumamig nang bahagya bago ihain.

50.Portobellos, Hipon at Farro Mga mangkok

MGA INGREDIENTS:
- 1 tasa (165 g) perlas na farro
- 2½ tasa (590 ml) ng tubig
- Kosher na asin at sariwang giniling na paminta
- 2 malahari portobello kabute caps, gupitin sa ½-pulgada (1.3 cm)-makapal na hiwa
- 2 katamtamang zucchini, hiniwa sa mga bilog na ½ pulgada (1.3 cm) ang kapal
- 1 pulang kampanilya paminta, ubod at manipis na hiwa
- 3 kutsara (45 ml) na avocado o extra-virgin olive oil, hinati
- 2 kutsara (30 ml) balsamic vinegar
- 1 kutsarita (6 g) honey 2 cloves na bawang, tinadtad
- 1 libra (455 g) hipon, binalatan at hiniwa
- Mga micro green
- ½ tasa (120 ml) Avocado Sarsa

MGA TAGUBILIN:
a) Painitin muna ang oven sa 400°F (200°C, o gas mark 6).
b) Idagdag ang farro, tubig, at isang masaganang pakurot ng asin sa isang katamtamang kasirola. Pakuluan, pagkatapos ay bawasan ang apoy sa mababang, takpan, at kumulo hanggang ang farro ay malambot na may bahagyang ngumunguya, mga 30 minuto.
c) Samantala, ihagis ang mga kabute, zucchini, at bell pepper na may 2 kutsara (30 ml) ng mantika, asin, at paminta. Ikalat sa isang solong layer sa isang rimmed bahari sheet. Inihaw hanggang malambot at bahagyang kayumanggi, mga 20 minuto, baligtarin ang kalahati.
d) Pagsamahin ang balsamic vinegar at honey sa isang maliit na mangkok; itabi. Init ang natitirang 1 kutsara (15 ml) na mantika sa isang malahari kawali sa katamtamang init. Idagdag ang bawang at lutuin, patuloy na pagpapakilos, hanggang sa mabango, mga 30 segundo. Ibuhos ang balsamic at honey mixture, idagdag ang hipon, at haluin upang mabalot. Lutuin, paghahagis paminsan-minsan, hanggang sa malabo at maluto, 3 hanggang 5 minuto.
e) Upang maglingkod, hatiin ang farro sa mga mangkok. Ibabaw ng inihaw na gulay, hipon, at micro greens, pagkatapos ay lagyan ng Avocado Sarsa.

51.Kabute Karne ng baka Carbonnade

MGA INGREDIENTS:

- 2 tablespoons plus 1-1/2 teaspoons canola oil, hinati
- 1-1/2 pounds na nilagang karne ng baka, gupitin sa 1-pulgadang mga cube
- 3/4 kutsarita ng asin
- 1/4 kutsarita plus 1/8 kutsarita paminta
- 3 katamtamang sibuyas, tinadtad
- 1-1/4 pounds portobello kabute, inalis ang mga tangkay, gupitin sa 3/4-inch dice
- 4 na sibuyas ng bawang, tinadtad
- 2 kutsarang tomato paste
- 1/2 pound na sariwang baby carrots
- 1 makapal na hiwa ng day-old na rye na tinapay, gumuho (mga 1-1/2 tasa)
- 3 dahon ng bay
- 1-1/2 kutsarita na pinatuyong thyme
- 1 kutsarita ng karne ng baka bouillon granules
- 1 bote (12 ounces) light beer o sabaw ng baka
- 1 tasang tubig
- 1 onsa mapait na tsokolate, gadgad

MGA TAGUBILIN:
a) Gawing 325 ° ang init para magpainit. Mag-init ng 2 kutsarang mantika sa oven-safe na Dutch oven sa katamtamang init. Timplahan ang karne ng baka na may paminta at asin; lutuin ng batch hanggang mag browned. Ilabas ang nilutong baka gamit ang slotted na kutsara. Ibaba ang init sa katamtaman. Igisa ang mga sibuyas sa mga drippings, madalas na paghahalo ng mga 8 minuto hanggang sa madilim na ginintuang kayumanggi. Paghaluin ang natitirang langis; magdagdag ng bawang at kabute.

b) Igisa hanggang sa lumabas ang likido at magsimulang magkulay kayumanggi ang mga kabute.

c) Ihalo sa tomato paste.

d) Magdagdag ng bouillon, thyme, bay dahon, tinapay, at karot. Ibuhos sa tubig at serbesa; haluing mabuti para lumuwag ang mga browned bits mula sa kawali. Dalhin sa isang pigsa; idagdag ang karne ng baka pabalik sa kawali.

e) Takpan at maghurno mula 2 oras hanggang 2 oras at 15 minuto hanggang malambot ang karne. Ilabas ang kawali; alisin ang dahon ng bay. Haluin sa tsokolate hanggang matunaw.

52.Northwoods Karne ng baka Stew

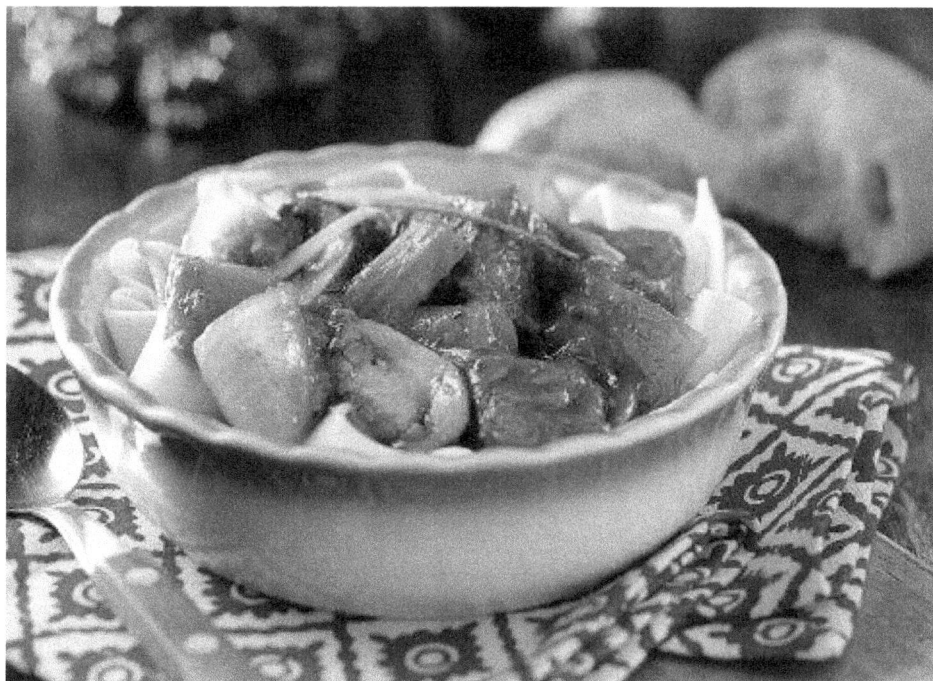

MGA INGREDIENTS:
- 3 malalahari karot, gupitin sa 1 pulgadang piraso
- 3 tadyang ng kintsay, gupitin sa 1 pulgadang piraso
- 1 malahari sibuyas, gupitin sa mga wedges
- 1/4 tasa ng all-purpose na harina
- 1/2 kutsarita ng asin
- 1/4 kutsarita ng paminta
- 3-1/2 pounds na nilagang karne ng baka
- 1 lata (10-3/4 ounces) condensed tomato na sopas, hindi natunaw
- 1/2 tasa ng tuyong red wine o sabaw ng baka
- 2 kutsarang quick-cooting tapioca
- 1 kutsarang Italian seasoning
- 1 kutsarang paprika
- 1 kutsarang brown sugar
- 1 kutsarang butil ng karne ng baka bouillon
- 1 kutsarang Worcestershire sarsa
- 1/2 pounds sliced baby portobello kabute
- Mainit na nilutong itlog mga bihon

INSTRUCTIONS:
a) Ilagay ang sibuyas, kintsay, at karot sa isang 5-quart na slow cooker. Pagsamahin ang paminta, asin, at harina sa isang malahari resealable plastic bag. Magdagdag ng ilang piraso ng karne ng baka sa isang pagkakataon, at iling hanggang sa mabalot. Ilagay ang pinahiran na karne ng baka sa mga gulay.
b) Pagsamahin ang Worcestershire sarsa, bouillon, brown sugar, paprika, Italian seasoning, tapioca, wine, at sopas sa isang maliit na mangkok. ibuhos
c) ang halo sa itaas.
d) Lutuin, takpan, sa mababang setting hanggang malambot ang karne ng baka at gulay, mga 8 hanggang 10 oras, magdagdag ng kabute sa huling oras. Ihain kasama ng noodles.

53.Mga Dragon Prutas Pinalamanan Portobello Kabutes

MGA INGREDIENTS:
- 4 na malalahari Portobello kabute
- 1 dragon prutas, binalatan at diced
- 1 tasang lutong quinoa o bigas
- 1/4 tasa crumbled feta keso
- 2 kutsarang tinadtad na sariwang basil
- 2 kutsarang balsamic glaze
- Asin at paminta para lumasa

MGA TAGUBILIN:
a) Painitin muna ang oven sa 375°F (190°C).
b) Alisin ang mga tangkay mula sa Portobello kabute at linisin ang mga ito.
c) Sa isang mangkok, pagsamahin ang diced dragon prutas, lutong quinoa o kanin, crumbled feta keso, tinadtad na sariwang basil, balsamic glaze, asin, at paminta.
d) Haluing mabuti hanggang sa lahat ng sangkap ay pinagsama.
e) Lagyan ng pinaghalong dragon prutas ang bawat Portobello kabute.
f) Ilagay ang mga pinalamanan na kabute sa isang bahari sheet na nilagyan ng parchment paper.
g) Maghurno sa preheated oven sa loob ng 20-25 minuto o hanggang ang mga kabute ay malambot at ang pagpuno ay pinainit.
h) Ihain ang pinalamanan na Portobello kabute bilang isang masarap at kasiya-siyang pangunahing kurso.

54.Kabute Keso-Steaks

MGA INGREDIENTS:
- 2 kutsarang unsalted butter
- 1 malahari dilaw na sibuyas, hiniwa ng manipis
- 1 kutsarang low-sodium soy sarsa
- 4 Portobello kabute, hiniwa
- 2 sibuyas ng bawang, pinong tinadtad
- 2 poblano peppers, hiniwa
- 1 pulang kampanilya paminta, hiniwa
- 1 kutsarang tinadtad na sariwang oregano
- Kosher na asin at sariwang giniling na paminta
- 4 hoagie roll, hinati
- 4 na hiwa ng provolone keso
- Yum Yum Sarsa

MGA TAGUBILIN:
a) Sa slow cooker pot, pagsamahin ang mantikilya, sibuyas, at toyo. Idagdag ang mga kabute, bawang, poblano peppers, bell pepper, oregano, at isang pakurot ng asin at paminta. Takpan at lutuin hanggang malambot ang mga gulay, mga 4 na oras sa mababang, 2 hanggang 3 oras sa mataas.

b) Painitin muna ang oven sa 400°F.

c) Hatiin ang mga kabute at peppers sa mga hoagie roll at pagkatapos ay itaas na may provolone keso. I-wrap ang bawat hoagie sa isang sheet ng parchment paper, pagkatapos ay sa foil, at direktang ilagay sa oven rack hanggang matunaw ang keso, mga 5 minuto.

d) Ihain kaagad, kasama ang yum yum sarsa sa gilid, kung gusto.

55.Mga Barbecued Kabute na May Fennel Slaw At Singsing ng sibuyas

MGA INGREDIENTS:

- 100ml barbecue sarsa
- 2 kutsarita ng chipotle paste
- 4 Portobello kabute, inalis ang mga tangkay
- Langis ng gulay, para sa pagprito
- Para sa haras slaw
- 80g haras, pinong hiwa
- 80g pulang repolyo, pinong ginutay-gutay
- 80 g karot, gadgad
- 3 kutsarang mayonesa
- 1 kutsarang white wine vinegar
- Sea salt at sariwang giniling na itim na paminta
- Para sa mga singsing ng sibuyas
- 150g self-rising na harina
- 1 kutsarita ng tuyo na thyme
- 1 kutsarita ng mga butil ng bawang
- 225ml malamig na sparkling na tubig
- 1 maliit na sibuyas, binalatan at makapal na hiniwa sa mga singsing

MGA TAGUBILIN:

a) Painitin muna ang oven sa 200°C/180°C fan/Gas 6. Maglagay ng kawali sa sobrang init.

b) Paghaluin ang barbecue sarsa at chipotle paste nang magkasama sa isang mangkok. Gamit ang isang pastry brush, balutin ang magkabilang gilid ng mga kabute ng pinaghalong sarsa. Ilagay ang mga kabute sa griddle sa loob ng 2-3 minuto sa bawat panig, o hanggang sa magkaroon ng mga charred lines.

c) Samantala, ilagay ang lahat ng mga gulay para sa slaw sa isang malahari mangkok na may mayonesa at suka. Timplahan ng asin at paminta, haluing mabuti at itabi.

d) Ilipat ang mga kabute sa isang litson na tray kasama ng anumang barbecue sarsa na natitira sa mangkok. Ilagay sa oven sa loob ng 10-12 minuto.

e) Punan ng kalahating kawali ang isang maliit na kawali na may langis ng gulay at ilagay sa mataas na apoy.

f) Samantala, ilagay ang harina, thyme at bawang sa isang mangkok at timplahan ng asin at paminta. Paghaluin ang sparkling na tubig upang makagawa ng isang batter, pagkatapos ay idagdag ang mga singsing ng sibuyas at maingat na pukawin upang mabalot.

g) Kapag ang mantika ay umabot na sa 180–190°C, o ang isang patak ng batter ay sumirit kaagad, maingat na magdagdag ng apat o limang Singsing ng sibuyas nang sabay-sabay at lutuin ng 2-3 minuto, o hanggang sa ginintuang kayumanggi sa magkabilang panig. Patuyuin sa papel sa kusina at lutuin ang natitirang mga singsing sa parehong paraan.

h) Hatiin ang mga kabute, coleslaw at Singsing ng sibuyas sa pagitan ng mga serving plate. Budburan ang mga singsing ng kaunting dagdag na asin bago ihain.

56.Tomato Risotto At Kabutes

MGA INGREDIENTS:

- 1 libra Mga sariwang kamatis; hinati at pinagbinhan
- Patak ng langis ng oliba
- asin
- Bagong giniling na itim na paminta
- 4 na daluyan Portobello kabute; stemmed at nilinis
- 1 libra sariwang mozzarella keso; hiniwa
- 1 kutsara Langis ng oliba
- 1 tasa Tinadtad na sibuyas
- 6 tasa Tubig
- 1 kutsarita Tinadtad na bawang
- 1 libra Arborio kanin
- 1 kutsara Walang asin na mantikilya
- ¼ tasa Malakas na krema
- ½ tasang bagong gadgad na Parmigiano-Reggiano na keso
- 3 kutsara Tinadtad na berdeng mga sibuyas;

MGA TAGUBILIN:

a) Painitin muna ang grill sa 400 degrees. Sa isang mangkok ng paghahalo, ihagis ang mga kamatis na may langis ng oliba, asin at paminta. Ilagay sa grill at lutuin ng 2 hanggang 3 minuto sa bawat panig. Alisin sa grill at itabi. Painitin ang oven sa 400 degrees.

b) Ilagay ang Portobello kabute sa isang parchment - lined bahari sheet, cavity up. Ibuhos ang magkabilang panig ng kabute na may langis ng oliba.

c) Timplahan ng asin at paminta ang magkabilang panig. Fan ang isang-kapat ng keso sa bawat lukab ng kabute.

d) Ilagay sa oven at lutuin hanggang ang mga kabute ay malambot at ang keso ay bubbly, mga 10 minuto. Init ang langis ng oliba sa isang malahari kawali sa katamtamang init.

e) Idagdag ang mga sibuyas. Timplahan ng asin at paminta. Igisa hanggang ang mga sibuyas ay bahagyang lumambot, mga 3 minuto.

f) Idagdag ang tubig at bawang. Dalhin ang timpla sa isang pigsa, bawasan ang init sa katamtaman, at kumulo para sa mga 6 na minuto.

g) Idagdag ang kanin at kumulo, patuloy na pagpapakilos hanggang sa maging kremay at bubbly ang timpla, mga 18 minuto. Paghaluin ang mantikilya, krema, keso, at berdeng mga sibuyas.

h) Kumulo ng halos 2 minuto, patuloy na pagpapakilos. Alisin mula sa apoy at ihalo ang mga kamatis.

57.New Zealat Karne ng baka At Kabute Pastel

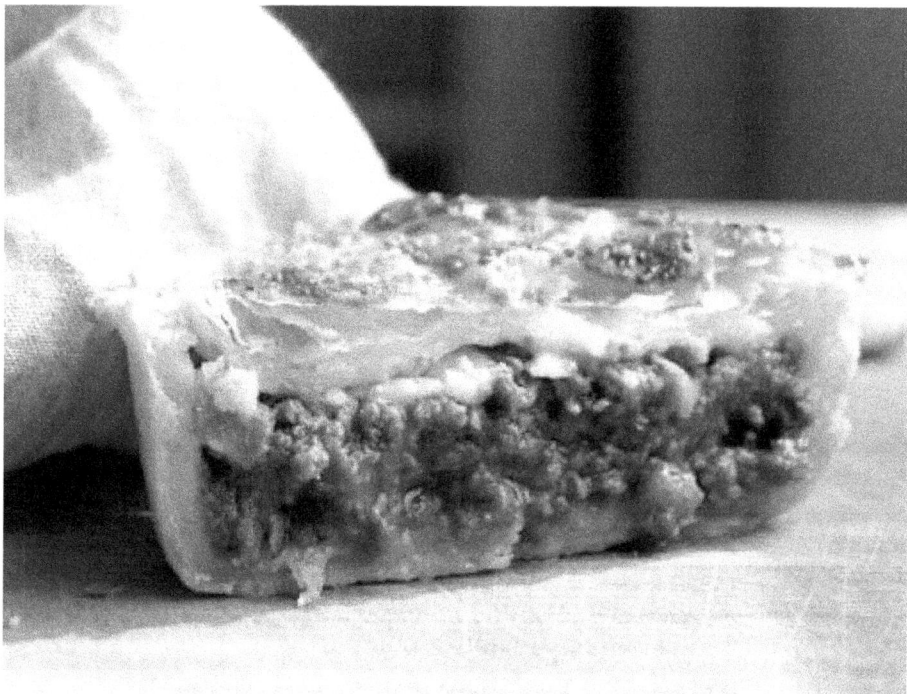

MGA INGREDIENTS:

PARA SA PAGPUPUNO:

- 1/4 tasa (60 ml) langis ng gulay
- Medyo higit sa 1 lb (500 gm) minced karne ng baka
- 1 sibuyas, pinong tinadtad
- 2 bawang cloves, napaka pinong tinadtad
- 2 malalahari Portobello kabute, pinong tinadtad
- 2 karot, binalatan at pinutol
- 2 tangkay ng kintsay, tinanggal ang kuwerdas at hiniwa
- 1 maliit na dakot na perehil, pinong tinadtad
- 1 maliit na dakot na dahon ng kintsay, pinong tinadtad
- 1 kutsarang pinong tinadtad na sariwang malambot na tim
- 1 kutsarang sariwang rosemary, pinong tinadtad
- 1/2 kutsarang Hot English mustard
- 2 kutsarang tomato paste
- 1/4 tsp giniling na dahon ng Horopito, o ayon sa panlasa
- 1 1/4 kutsarita (7 gm) Maldon sea salt flakes
- 3 3/4 kutsarita (20 gm) na gawgaw
- 2 1/2 pounds (1.2 kg) butter puff pastry
- 1 tasa (120 gm) magaspang na gadgad na cheddar
- 1 itlog, bahagyang pinalo

PARA SA RICH KARNE NG BAKA STOCK:

- 1 1/2 kutsarang langis ng gulay
- 10 1/2 ounces (300 gm) na mga scrap ng baka, gupitin sa mga cube
- 3 1/2 ounces (100 gm) na piraso ng slab bacon, gupitin sa 3cm cube
- 1 sibuyas, hindi binalatan, hiniwa ng manipis
- 5 sibuyas ng bawang, hindi binalatan, hinati
- 6 na sanga ng thyme
- 3 sariwang dahon ng bay
- 1 tsp black peppercorns
- 1/4 tasa (65 ml) braty
- 6 1/2 tasa (1 1/2 litro) pinakamahusay na kalidad ng stock ng manok

MGA TAGUBILIN:

MAGHATA NG RICH KARNE NG BAKA STOCK:

a) Sa isang malahari kaldero, painitin ang langis ng gulay at brown karne ng baka scrap at bacon. Magdagdag ng hiniwang sibuyas, bawang, thyme, bay leaves, at black peppercorns. Lutuin hanggang malambot ang sibuyas. Magdagdag ng braty at lutuin hanggang sa sumingaw.

b) Ibuhos sa stock ng manok at kumulo ng halos 1 oras. Salain at itabi.

Ihata ang pagpupuno:

c) Sa isang malahari kawali, painitin ang langis ng gulay. Magdagdag ng tinadtad na karne ng baka at lutuin hanggang sa maging browned. Magdagdag ng tinadtad na sibuyas, bawang, kabute, karot, at kintsay. Lutuin hanggang malambot ang mga gulay.

d) Haluin ang parsley, dahon ng kintsay, thyme, rosemary, mustard, tomato paste, dahon ng horopito (kung ginagamit), at asin. Haluing mabuti.

e) I-dissolve ang cornstarch sa kaunting tubig at idagdag sa pinaghalong. Lutuin hanggang lumapot ang timpla. Alisin sa init at hayaang lumamig.

I-assemble ang PASTEL:

f) Painitin muna ang oven sa temperaturang inirerekomenda para sa iyong puff pastry.

g) Igulong ang puff pastry at lagyan ng linya ang ilalim ng isang pastel dish. Punan ang pinalamig na halo ng karne, iwiwisik ang gadgad na cheddar sa itaas.

h) Takpan ng isa pang layer ng puff pastry. Takpan ang mga gilid at lagyan ng pinalo na itlog.

i) Maghurno sa preheated oven hanggang ang pastry ay maging golden brown at maluto.

j) Ihain ang New Zealat Karne ng baka Pastel nang mainit, na may bahagi ng masaganang karne ng baka stock para isawsaw.

58.Kabute Sarsa Sa ibabaw ng Itlog mga bihon

MGA INGREDIENTS:
- 3 kutsarang langis ng oliba
- 1 dilaw na sibuyas, tinadtad
- ½ tasang tinadtad na kintsay
- ½ tasang tinadtad na karot
- 1 libra hiniwang cremini kabute
- 12 ounces portobello kabute, hiniwa
- 14.5-ounce na lata ng fire-roasted tomatoes, diced, at pinatuyo
- ¾ tasa ng tomato sarsa
- 2 kutsaritang tinadtad na sariwang rosemary o thyme
- ½ kutsarita ng kosher na asin
- ½ kutsarita ng itim na paminta
- ¼ tasa ng tuyong red wine
- 1 kutsarang lower-sodium soy sarsa
- 8-ounce na pakete ng whole-grain na extra-broad itlog mga bihon
- 1 onsa Parmesan keso, gadgad
- Tinadtad na sariwang flat-leaf parsley

MGA TAGUBILIN:

a) Init ang 2 kutsara ng mantika sa isang kawali sa katamtamang init. Idagdag ang sibuyas, kintsay, at karot sa kawali; lutuin, patuloy na pagpapakilos hanggang sa magsimulang maging kayumanggi ang timpla, mga 5 Minuto. Ilagay ang pinaghalong sibuyas sa isang Crockpot.

b) Init ang natitirang 1 kutsara ng mantika sa kawali sa katamtamang init. Idagdag ang mga kabute; lutuin, patuloy na pagpapakilos, hanggang malambot, mga 8 Minuto.

c) Ilipat ang pinaghalong kabute sa isang food processor, at pulso hanggang sa magaspang na tinadtad ng mga 5 beses. Idagdag ang mga kabute, kamatis, tomato sarsa, rosemary, asin, at paminta sa Crockpot. Haluin ang alak at toyo. Dahan-dahang lutuin, tinakpan, hanggang sa bahagyang lumapot ang timpla, mga 6 na Oras.

d) Samantala, lutuin ang itlog mga bihon ayon sa mga direksyon ng pakete. Ihain ang kabute sarsa sa ibabaw ng mainit na pansit. Budburan ng keso ang bawat serving. Palamutihan ng perehil.

59. Maanghang PinausukanTngu Mga tasa ng litsugas

MGA INGREDIENTS:

- 2 kutsarang langis ng gulay
- 1 kutsarang sesame oil
- 1 sibuyas, binalatan at hiniwa
- 4 na sibuyas ng bawang, binalatan at durog
- 250g baby corn, hiniwa nang makapal
- 250g Portobello kabute, diced
- 2 kutsarang Shaoxing kanin wine
- 400g pinausukang tngu, gumuho
- 80g water chestnuts, halos tinadtad
- 3 kutsarang toyo
- 2 kutsarang sriracha chilli sarsa
- 1 kutsarang suka ng bigas
- 2 malahari dakot ng beansprout
- Malahari dakot ng kulantro, halos tinadtad
- Upang maglingkod
- 2 iceberg o bilog na dahon ng lettuce, o 4 na maliit na dahon ng hiyas
- 1 pulang sili, deseeded kung gusto mo ng mas banayad na tama, hiniwa ng pino
- Isang dakot ng crispy fried onions

MGA TAGUBILIN:

a) Maglagay ng malahari non-stick wok sa mataas na apoy. Kapag mainit ang paninigarilyo, idagdag ang mga langis, pagkatapos ay ang sibuyas at iprito sa loob ng 1-2 minuto. Idagdag ang bawang at baby corn at iprito ng 1-2 minuto. Idagdag ang kabute at kanin wine at iprito ng isa pang 2 minuto.

b) Iwiwisik ang tngu sa kawali at ihalo ang mga water chestnut. Idagdag ang toyo, sriracha at kanin vinegar at iprito ng 1-2 minuto bago idagdag ang beansprouts. Magprito para sa isang karagdagang minuto, alisin mula sa apoy, pagkatapos ay ihalo ang kulantro.

c) Ihain ang pinaghalong tngu sa mga mangkok na may mga dahon ng litsugas sa gilid. Budburan ng pulang sili at malutong na sibuyas bago ihain.

PIZZA

60.Inihaw na Pizza Puti Portobellos

MGA INGREDIENTS:

- 1 kutsara Plus 1 kutsarita ng bawang; tinadtad
- Virgin olive oil
- 4 4" portobello kabute stems itinapon
- 20 hiwa ng Talong; gupitin ang ⅛" makapal
- 2 tasang ginutay-gutay na fontina keso na maluwag na nakaimpake
- ¾ tasa ng Parmesan keso na bagong gadgad
- ½ tasa ng Gorgonzola keso; gumuho
- Masa ng pizza
- ¼ tasa flat leaf parsley; tinadtad

MGA TAGUBILIN:

a) Maghata ng hardwood charcoal fire at itakda ang grill rack 3 hanggang 4 na pulgada sa itaas ng mga uling.

b) Sa isang mangkok, ihalo ang bawang sa ¼ tasa ng langis ng oliba. Liberal na i-brush ang mantika sa mga kabute at talong.

c) Sa isa pang mangkok, ihalo ang fontina, parmesan, at gorgonzola. Takpan at palamigin. Kapag ang puting abo ay nagsimulang lumitaw sa mga baga, hata na ang apoy.

d) I-ihaw ang kabute caps hanggang lumambot at maluto, mga 4 na minuto bawat panig. Ihawin ang mga hiwa ng talong hanggang malambot, mga dalawang minuto bawat panig. Hiwain ang takip ng kabute na ⅛ pulgada ang kapal at itabi kasama ng talong.

e) Hatiin ang pizza dough sa apat na pantay na piraso. Panatilihing takpan ang 3 piraso. Sa isang malaki at bahagyang nilalangang bahari sheet na walang rimmed, ikalat at patagin ang ikaapat na piraso ng kuwarta gamit ang iyong mga kamay upang bumuo ng 12-inch na libreng form na pabilog na halos 1/16-pulgada ang kapal; huwag gumawa ng labi.

f) Dahan-dahang i-drape ang kuwarta sa mainit na grill, sa loob ng isang minuto ang kuwarta ay bahagyang pumutok, ang ilalim ay tumigas at ang mga marka ng grill ay lilitaw.

g) Gamit ang mga sipit, i-flip kaagad ang crust sa isang pinainit na bahari sheet at lagyan ng olive oil. Ikalat ang ikaapat na bahagi ng pinaghalong keso, perehil at inihaw na gulay sa ibabaw ng crust.

h) Ibuhos ang pizza na may langis ng oliba. I-slide ang pizza pabalik sa mainit na uling ngunit hindi direkta sa mga seksyon na tumatanggap ng mataas na init; suriin ang ilalim ng madalas upang makita na ito ay hindi charring. Ang pizza ay tapos na kapag ang mga keso ay natunaw at ang mga gulay ay pinainit, 3 hanggang 4 na minuto.

i) Ihain ang pizza na mainit mula sa grill. Ulitin ang pamamaraan upang gawin ang natitirang mga pizza.

61.Mini Portobello Pizza

MGA INGREDIENTS:
- 1 baging kamatis, hiniwang manipis
- ¼ tasa ng sariwang tinadtad na balanoy
- Kurutin ang Low-Sodium Salt at Pepper
- 4 ounces ng Vegan keso
- 20 hiwa ng Pepperoni
- 6 na kutsarang Olive Oil
- 4 Portobello Kabute Caps

MGA TAGUBILIN:
a) Kuskusin ang lahat ng loob ng kabute.
b) Painitin muna ang hurno sa mataas na pag-ihaw at lagyan ng Olive Oil ang loob ng mga kabute. Timplahan ng asin at paminta.
c) Iprito ang kabute sa loob ng 3 minuto.
d) Baliktarin ang mga kabute at lagyan ng Olive Oil , at timplahan ng asin at paminta .
e) Magluto ng karagdagang 4 na minuto.
f) Sa bawat kabute, maglagay ng kamatis at dahon ng basil.
g) Itaas ang bawat kabute na may 5 piraso ng pepperoni at Vegan keso.
h) Iprito ng isa pang 2 minuto .

62.Portobello At Itim na OliboPizza

MGA INGREDIENTS:
- 1 masa ng pizza
- 2 kutsarang langis ng oliba
- 2 portobello kabute caps, gupitin sa ¼-inch na hiwa
- 1 kutsarang pinong tinadtad na sariwang basil
- ¼ kutsarita ng pinatuyong oregano
- Asin at sariwang giniling na itim na paminta
- ½ tasang pizza sarsa o marinara sarsa

MGA TAGUBILIN:
a) Bahagyang patagin ang tumaas na kuwarta, takpan ito ng plastic wrap o malinis na dish towel, at itabi upang makapagpahinga ng 10 minuto.

b) Ilagay ang oven rack sa pinakamababang antas ng oven. Painitin muna ang oven sa 450°F. Banayad na langis ng pizza pan o bahari sheet.

c) Ilagay ang nakakarelaks na kuwarta sa ibabaw ng pinagawaan nang bahagya at patagin gamit ang iyong mga kamay, paikutin at patubuin nang madalas, gawin itong 12-pulgadang bilog. Mag-ingat na huwag mag-overwork ang gitna o ang gitna ng crust ay magiging masyadong manipis. Ilipat ang kuwarta sa inihatang pizza pan o bahari sheet.

d) Sa isang kawali, painitin ang 1 kutsara ng mantika sa katamtamang init.

e) Idagdag ang mga kabute at lutuin hanggang lumambot, mga 5 minuto. Alisin mula sa init at idagdag ang basil, oregano, at asin at paminta sa panlasa. Haluin ang mga olibo at itabi.

f) Ikalat ang natitirang 1 kutsarang mantika sa inihatang pizza dough, gamit ang iyong mga daliri upang pantay-pantay itong ikalat. Itaas ang sarsa ng pizza, kumakalat nang pantay-pantay sa humigit-kumulang ½ pulgada mula sa gilid ng kuwarta. Ikalat ang pinaghalong gulay nang pantay-pantay sa ibabaw ng sarsa, sa halos ½ pulgada mula sa gilid ng kuwarta.

g) Maghurno hanggang sa maging golden brown ang crust, mga 12 minuto. Gupitin ang pizza sa 8 wedges at ihain nang mainit.

63.Portobello Pizza

MGA INGREDIENTS:

- 1 katamtamang kamatis, hiniwa
- ¼ tasa ng basil, tinadtad
- 20 hiwa ng pepperoni
- 4 na takip ng kabute ng Portobello
- 4 oz mozzarella keso
- 6 tbsp langis ng oliba
- Itim na paminta
- asin

MGA TAGUBILIN:

a) Alisin ang loob ng kabute at kunin ang karne upang ang shell ay naiwan.

b) Pahiran ng kalahating langis ang mga kabute at timplahan ng paminta at asin; iprito ng 5 minuto pagkatapos ay baligtarin at balutin ng natitirang mantika. Maghurno para sa karagdagang 5 minuto.

c) Magdagdag ng kamatis sa loob ng shell at itaas na may basil, pepperoni, at keso. Iprito ng 4 minuto hanggang matunaw ang keso.

d) Ihain nang mainit.

64.Klasikong Margherita Portobello Pizza

MGA INGREDIENTS:

- 4 na malalahari portobello kabute
- 1 tasang marinara sarsa
- 1 1/2 tasa ng mozzarella keso, ginutay-gutay
- Mga sariwang dahon ng basil, para sa dekorasyon
- Asin at paminta para lumasa

MGA TAGUBILIN:

a) Painitin muna ang oven sa 400°F (200°C).

b) Alisin ang mga tangkay mula sa portobello kabute at ilagay ang mga ito sa isang bahari sheet.

c) Satok ng marinara sarsa sa bawat takip ng kabute.

d) Budburan ng mozzarella keso ang sarsa.

e) Timplahan ng asin at paminta ayon sa panlasa.

f) Maghurno ng 15-20 minuto o hanggang sa matunaw at mabula ang keso.

g) Palamutihan ng sariwang dahon ng basil bago ihain.

65.Bbq Manok Portobello Pizza

MGA INGREDIENTS:

- 4 na malalahari portobello kabute
- 1 tasang nilutong manok, ginutay-gutay
- 1/2 tasa pulang sibuyas, hiniwa ng manipis
- 1/2 tasa ng barbecue sarsa
- 1 1/2 tasa ng cheddar keso, ginutay-gutay
- Sariwang cilantro, tinadtad, para sa dekorasyon

MGA TAGUBILIN:

a) Painitin muna ang oven sa 400°F (200°C).

b) Alisin ang mga tangkay mula sa portobello kabute at ilagay ang mga ito sa isang bahari sheet.

c) Paghaluin ang hinimay na manok na may barbecue sarsa.

d) Ilagay ang pinaghalong barbecue manok sa bawat takip ng kabute.

e) Ibabaw na may hiniwang pulang sibuyas at cheddar keso.

f) Maghurno ng 15-20 minuto o hanggang matunaw ang keso.

g) Palamutihan ng tinadtad na cilantro bago ihain.

66.Walang karne Pesto Portobello Pizza

MGA INGREDIENTS:
- 4 na malalahari portobello kabute
- 1/2 tasa ng pesto sarsa
- 1 tasa ng cherry tomatoes, hatiin
- 1/2 tasa ng itim na olibo, hiniwa
- 1 1/2 tasa feta keso, gumuho
- Sariwang oregano, para sa dekorasyon

MGA TAGUBILIN:
a) Painitin muna ang oven sa 400°F (200°C).
b) Alisin ang mga tangkay mula sa portobello kabute at ilagay ang mga ito sa isang bahari sheet.
c) Ikalat ang pesto sarsa sa loob ng bawat takip ng kabute.
d) Ayusin ang kalahating cherry tomatoes at hiniwang itim na olibo sa itaas.
e) Durog na feta keso sa ibabaw ng mga gulay.
f) Maghurno ng 15-20 minuto o hanggang ang keso ay maging ginintuang at bubbly.
g) Palamutihan ng sariwang oregano bago ihain.

67.Karne ng baka Lovers Portobello Pizza

MGA INGREDIENTS:
- 4 na malalahari portobello kabute
- 1 tasang marinara sarsa
- 1/2 tasa ng hiwa ng pepperoni
- 1/2 tasa ng lutong sausage, gumuho
- 1/2 tasa ng lutong bacon, tinadtad
- 1 1/2 tasa ng mozzarella keso, ginutay-gutay

MGA TAGUBILIN:
a) Painitin muna ang oven sa 400°F (200°C).

b) Alisin ang mga tangkay mula sa portobello kabute at ilagay ang mga ito sa isang bahari sheet.

c) Satok ng marinara sarsa sa bawat takip ng kabute.

d) Layer na may pepperoni slices, crumbled sausage, at tinadtad na bacon.

e) Budburan ng mozzarella keso ang mga toppings.

f) Maghurno ng 15-20 minuto o hanggang sa matunaw at mabula ang keso.

g) Hayaang lumamig nang bahagya ang mga pizza bago ihain.

SATWICHES, BURGER AT BALUTIN

68.Kabute Steak Satwich at Pesto

MGA INGREDIENTS:

- 2 tasang frozen na Garden Peas
- 1 tasang dahon ng baby rocket
- 1 maliit na sibuyas na bawang, binalatan
- ¼ tasa ng pinong gadgad na parmesan keso
- ¼ tasa ng pine nuts, toasted
- 3 kutsarang extra virgin olive oil
- 4 na portobello kabute
- 4 na hiwa ng sourdough bread, toasted
- Watercress at ahit na labanos, para ihain

MGA TAGUBILIN:

a) Alisan ng tubig ang nilutong mga gisantes at itabi ang ½ tasang gisantes. Ilagay ang natitirang mga gisantes, rocket, bawang, parmesan, pine nuts at 2 kutsarang langis sa isang food processor at iproseso hanggang sa purong. Timplahan ayon sa panlasa. Haluin ang nakareserbang mga gisantes sa pamamagitan ng pea pesto.

b) Ilagay ang mga kabute sa isang bahari paper na may linya na tray at ibuhos ang natitirang mantika. Ilagay sa ilalim ng preheated grill sa mataas at lutuin ng 2 minuto sa magkabilang gilid hanggang sa bahagyang browned.

c) Ikalat ang pea pesto sa tinapay, itaas ang mga kabute, watercress at labanos. Ihain kaagad.

69.Portobello Kabute Burger

MGA INGREDIENTS:

- 4 na takip ng kabute ng portobello
- 2 kutsarang balsamic vinegar
- 2 kutsarang langis ng oliba
- 2 cloves na bawang, tinadtad
- Asin at paminta para lumasa
- 4 na burger buns
- Mga toppings na iyong pinili (lettuce, kamatis, keso, atbp.)

MGA TAGUBILIN:

a) Sa isang mababaw na ulam, haluin ang balsamic vinegar, langis ng oliba, tinadtad na bawang, asin, at paminta.

b) Ilagay ang mga takip ng kabute ng portobello sa ulam at hayaan silang mag-marinate ng mga 10 minuto, i-flip ang mga ito sa kalahati.

c) Painitin muna ang grill o stovetop pan sa medium-high heat.

d) Ihain ang mga takip ng kabute para sa mga 4-5 minuto bawat gilid, hanggang sa malambot at makatas.

e) I-toast nang bahagya ang burger buns sa grill o sa isang toaster.

f) Ipunin ang mga burger sa pamamagitan ng paglalagay ng inihaw na portobello kabute cap sa ibabang kalahati ng bawat bun.

g) Itaas ang iyong ginustong mga toppings.

h) Takpan sa itaas na kalahati ng tinapay at ihain.

70.Ligaw Kabute Burger

MGA INGREDIENTS:

- 2 kutsarita ng langis ng oliba
- 1 medium Yellow sibuyas; tinadtad ng pinong
- 2 Shallots; binalatan at tinadtad
- ⅛ kutsarita ng Asin
- 1 tasang Dry shiitake kabute
- 2 tasa Mga kabute ng Portobello
- 1 paketeng Tngu
- ⅓ tasa toasted wheat germ
- ⅓ tasa ng mga mumo ng tinapay
- 2 kutsarang Lite toyo
- 2 kutsarang Worcestershire sarsa
- 1 kutsarita Liquid smoke flavoring
- ½ kutsarita Granulated bawang
- ¾ tasa Mabilis na pagluluto ng mga oats

MGA TAGUBILIN:

a) Igisa ang mga sibuyas, shallots, at asin sa olive oil sa loob ng mga 5 minuto.

b) Stem pinalambot shiitake kabute; mince na may sariwang kabute sa isang food processor. Idagdag sa mga sibuyas.

c) Magluto ng 10 minuto, haluin paminsan-minsan upang hindi dumikit.

d) Paghaluin ang mga kabute na may mashed tngu, idagdag ang natitirang mga sangkap, at haluing mabuti. Basain ang mga kamay upang hindi dumikit at mabuo sa mga patties.

e) Maghurno ng 25 minuto, lumiko nang isang beses pagkatapos ng 15 minuto.

71.Adobong Kabute At Haloumi Burger

MGA INGREDIENTS:

- 1 malahari abukado
- Pinong gadgad na zest at juice ng 1 lemon
- 2 kutsarang langis ng oliba
- 4 na portobello kabute, pinutol ang mga tangkay
- 1 sibuyas ng bawang, durog
- 4 thyme sprigs, dahon na kinuha
- 1 mahabang pulang sili, inalis ang mga buto, tinadtad ng makinis
- 1 kutsarang pulot
- 2 kutsarang apple cider vinegar
- 250g haloumi, gupitin sa 4 na hiwa
- 4 na burger buns, hatiin at bahagyang inihaw
- Mayonnaise at ligaw rocket leaves, para ihain

MGA TAGUBILIN:

a) I-mash ang avocado gamit ang isang tinidor at timplahan ito. Ibuhos ang kalahati ng lemon juice sa ibabaw ng minasa na avocado, pagkatapos ay itabi ito.

b) Init ang 1 kutsara ng langis ng oliba sa isang malahari kawali sa katamtamang init. Idagdag ang portobello kabute, timplahan ng paminta, at lutuin ng mga 6 na minuto o hanggang bahagyang lumambot.

c) Idagdag ang natitirang 1 kutsara ng langis ng oliba sa kawali kasama ang durog na bawang, dahon ng thyme, tinadtad na sili, lemon zest, at ang natitirang lemon juice. Lutuin, i-on ang mga kabute upang pahiran ang mga ito, sa loob ng 2 minuto. Pagkatapos, ibuhos ang honey, apple cider vinegar, at ½ kutsarita ng asin.

d) Lutuin, paikutin, para sa karagdagang 1 minuto o hanggang ang mga kabute ay nabalot ng mabuti. Alisin ang kawali mula sa init.

e) Maglagay ng isa pang kawali sa katamtamang init. Idagdag ang mga hiwa ng halloumi at lutuin, paikutin ang mga ito, nang mga 3 minuto o hanggang sa maging ginintuang sila.

MAGTITIPON ANG MGA BURGER:

f) Hatiin ang minasa na avocado sa ibabang bahagi ng toasted burger buns.

g) Itaas ang bawat isa ng slice ng halloumi, lutong portobello kabute, isang maliit na piraso ng mayonesa, isang dakot ng ligaw na rocket na dahon, at ang mga nangungunang kalahati ng burger buns.

h) I-enjoy ang iyong masarap na Pan-Pickled Kabute at Haloumi Burgers!

72.Kabute Pesto Burger

MGA INGREDIENTS:

- 4 Portobello kabute caps, stemmed, slivers inalis
- Spinach pesto
- 4 na hiwa ng sibuyas
- 4 na hiwa ng kamatis
- 4 whole-wheat hamburger buns

MGA TAGUBILIN:

a) Painitin muna ang oven sa 400°F.

b) I-brush ang mga takip ng kabute sa magkabilang panig na may pesto upang i-coat at ilagay sa isang rimmed bahari sheet.

c) Magluto ng 15 hanggang 20 minuto hanggang lumambot.

d) Ilagay ang mga kabute na may mga kamatis at sibuyas sa mga buns.

73.Haloumi Hash Burger na May Kale Aioli

MGA INGREDIENTS:

- 200g Desiree patatas, binalatan, gadgad, piniga ang labis na tubig
- 250g halloumi, gadgad
- 1 kutsarang plain flour
- 1 itlog
- 4 na malalahari portobello kabute
- Extra virgin olive oil, para sa pag-ambon
- 1 tasa (300g) aioli
- 2 tasang tinadtad na dahon ng kale, blanched, ni-refresh
- 4 rye bread roll, hatiin, bahagyang inihaw
- Rocket leaves at Sriracha o tomato sarsa, para ihain

MGA TAGUBILIN:

a)   Painitin muna ang iyong hurno sa 220°C.

b)   Sa isang mangkok, pagsamahin ang gadgad na patatas, gadgad na halloumi, plain flour, at itlog. Timplahan ng paminta ang timpla. Buuin ang pinaghalong sa apat na bilog sa isang bahari paper-lined bahari tray.

c)   Ilagay ang tray sa tuktok na istante ng oven at maghurno, iikot ang hash brown sa kalahati, sa loob ng humigit-kumulang 30 minuto o hanggang sa maging ginintuang sila.

d)   Samantala, ilagay ang portobello kabute sa isa pang bahari tray, lagyan ng langis ng oliba, at timplahan ang mga ito. Ihurno ang mga ito sa ibabang istante ng oven (sa ilalim ng hash browns) para sa huling 15 minuto ng pagluluto o hanggang sa maluto ang mga ito.

e)   Ilagay ang aioli at tinadtad na kale sa isang maliit na food processor at iproseso hanggang ang timpla ay maging berde at maayos na pinagsama.

MAGTITIPON ANG MGA BURGER:

f)   Ikalat ang mga base ng rye bread roll na may kale aioli.

g)   Itaas ang bawat roll na may halloumi hash brown, rocket leaves, roasted kabute, Sriracha (o tomato sarsa), at ang roll lids.

h)   I-enjoy ang iyong kakaiba at masarap na Haloumi Hash Burger na may Kale Aioli!

74.Portobello Italian Sub Satwich

MGA INGREDIENTS:

- 8 malalahari Portobello kabute, pinunasan
- 2 kutsarang extra-virgin olive oil
- Kosher na asin
- 1 kutsarang red wine vinegar
- 1 kutsarang pinong tinadtad na pepperoncini na may mga buto
- ½ kutsarita ng pinatuyong oregano
- Bagong giniling na itim na paminta
- 2 onsa na hiniwang provolone (mga 4 na hiwa)
- 2 onsa ng manipis na hiniwang low-sodium ham (mga 4 na hiwa)
- 1 onsa ng manipis na hiniwang Genoa salami (mga 4 na hiwa)
- 1 maliit na kamatis, gupitin sa 4 na hiwa
- ½ tasang ginutay-gutay na iceberg lettuce
- 4 na olibo na pinalamanan ng pimento

MGA TAGUBILIN:

a) Ilagay ang oven rack sa ikatlong tuktok ng oven at painitin muna ang oven broiler.

b) Alisin ang mga tangkay mula sa mga kabute at itapon.

c) Ilagay ang mga takip ng kabute sa gilid ng hasang at gumamit ng matalim na kutsilyo upang ganap na matanggal ang mga hasang (upang ang mga takip ay mahiga).

d) Ayusin ang mga takip ng kabute sa isang bahari sheet, lagyan ng 1 kutsarang mantika ang lahat, at budburan ng ¼ kutsarita ng asin.

e) Iprito hanggang ang mga takip ay lumambot na lamang, lumiliko sa kalahati, 4 hanggang 5 minuto bawat gilid. Hayaang lumamig nang lubusan.

f) Pagsamahin ang suka, pepperoncini, oregano, natitirang 1 kutsarang mantika, at ilang giling ng itim na paminta sa isang maliit na mangkok.

MAGTITIPON ANG MGA SATWICHE

g) Ayusin ang isang takip ng kabute, gupitin sa gilid, sa ibabaw ng trabaho. Tiklupin ang 1 piraso ng provolone upang magkasya sa ibabaw ng takip at ulitin na may 1 hiwa bawat ham at salami.

h) Itaas ang 1 slice ng kamatis at mga 2 kutsarang lettuce. Ibuhos ang ilan sa pepperoncini vinaigrette. Satwich na may isa pang takip ng kabute at i-secure gamit ang toothpick na sinulid ng olive. Ulitin sa natitirang mga sangkap upang makagawa ng 3 pang satwich.

i) I-wrap ang bawat sanwits sa kalahati ng wax paper (makakatulong ito sa paghuli ng lahat ng juice) at ihain.

75.Bbq Bunless Veggie Burger

MGA INGREDIENTS:
PARA SA BUNLESS BURGER:

- 8 kritiko sa pagkain burger
- Avocado coohari oil
- 1 abukado, hiniwa
- 4 na portobello kabute
- 1 sibuyas na hiniwa sa mga singsing
- 4 na hiwa ng vegan cheddar keso
- Tomato sarsa
- mayonesa

PARA SA BEETROOT & APPLE SLAW:

- 2 beetroots, binalatan at gadgad
- 2 mansanas, gadgad
- 1 tasang ginutay-gutay na pulang repolyo
- 3 kutsarang apple cider vinegar
- 2 kutsarita ng hilaw na organic na asukal
- 1 kutsarang whole-grain mustard
- 4 na kutsarang extra-virgin olive oil
- ½ tasa sariwang perehil, pinong tinadtad
- ½ tasa sariwang perehil, pinong tinadtad
- ½ kutsarita sariwang giniling na black peppercorns
- Hiniwang Gherkins para palamuti

MGA TAGUBILIN:

a)   Sa isang mangkok, ilagay ang beetroot, mansanas, at pulang repolyo.

b)   Idagdag, suka, asukal, mustasa, langis ng oliba, at perehil. Pagsamahin ng mabuti. Timplahan ayon sa panlasa. Itabi.

c)   Magpainit ng barbecue. Magluto ng veggie kritiko sa pagkain burgers, kabutes, at Singsing ng sibuyass na may bahagyang ambon ng avocado coohari oil.

d)   Pagsamahin ang tomato sarsa at mayo. Itabi.

PARA MAGTITIPON

e)   Una, maglagay ng slice ng vegan keso sa isang veggie burger.

f)   Matunaw ang vegan keso sa pamamagitan ng paglalagay nito sa ilalim ng grill o init ito sa microwave hanggang matunaw.

g)   Magpahid ng kaunting tomato mayo sarsa, pagkatapos ay i-layer sa isang kabute, hiwa ng avocado, beetroot at apple slaw.

h)   Ikalat ang kaunti pang tomato mayo sarsa sa isa pang veggie burger pagkatapos ay ilagay ito sa ibabaw ng burger at isalansan ang sarsa sa gilid pababa para makumpleto ito.

i)   Palamutihan ng nilutong hiwa ng sibuyas at gherkin sa ibabaw ng burger.

j)   Maglagay ng skewer para mapanatili itong buo.

76.Chipotle Cheddar Quesadilla

MGA INGREDIENTS:

- Tortilla
- 2 tasang cottage keso
- 2 tasang Cheddar keso
- 1 kampanilya paminta
- 1 tasa ng Portobello kabute
- 2-3 kutsarang Chipotle seasoning
- Mild salsa, para sa paglubog

MGA TAGUBILIN:

a) Idagdag ang bell pepper (hiniwa, pula), at kabute (hiniwa) sa isang malahari grill pan sa katamtamang init.

b) Magluto ng humigit-kumulang 10 minuto hanggang malambot. Alisin pagkatapos ay ilipat sa isang mangkok (medium). Itabi.

c) Idagdag ang chipotle seasoning at cottage keso sa isang maliit na mangkok. Haluing mabuti para maisama.

d) Ilagay ang mga tortilla sa grill pan at ibuhos ang pinaghalong gulay sa mga tortillas.

e) Budburan ang pinaghalong cottage keso sa ibabaw at pagkatapos ay itaas gamit ang cheddar keso (ginutay-gutay).

f) Maglagay ng karagdagang tortilla sa ibabaw ng pagpuno.

g) Magluto ng humigit-kumulang 2 minuto at pagkatapos ay i-flip at ipagpatuloy ang pagluluto ng isa pang minuto.

h) Ulitin ang proseso sa natitirang mga tortilla at pagpuno.

i) Ihain kaagad kasama ng salsa (mild).

77.Bulgur Lentil Veggie Patty

MGA INGREDIENTS:
- 2 tasang lutong lentil
- 1 tasang pinausukang Portobello kabute,
- 1 tasang Bulgur na trigo
- 2 cloves inihaw na bawang,
- 1 kutsarang Worcestershire
- 2 kutsara Walnut oil
- ¼ kutsarita Tarragon, tinadtad
- Asin at paminta para lumasa

MGA TAGUBILIN:

a) Maghata ng isang kahoy o charcoal grill at hayaan itong masunog hanggang sa mga baga.

b) Sa isang mixing bowl, i-mash ang lentils hanggang makinis.

c) Idagdag ang lahat ng iba pang mga sangkap at ihalo hanggang sa lubusan na pinagsama.

d) Palamigin nang hindi bababa sa 2 oras. Form into burgers.

e) I-brush ang mga burger na may langis ng oliba at ihaw sa loob ng 6 na minuto sa bawat panig o hanggang sa maluto.

f) Ihain nang mainit kasama ang iyong mga paboritong pampalasa.

78.Walang karne Kabute Balutin Kasama Pesto

MGA INGREDIENTS:

- 1 tortilla wrap
- 1 malahari portobello kabute, o 1.5 mas maliit
- 1 kutsarita ng balsamic vinegar
- langis ng oliba, para sa pagluluto
- 1 kutsarang mayonesa
- 1 kutsarang pesto
- 2 cloves ng bawang, tinadtad
- 1 dakot na baby spinach
- 3 cherry tomatoes, pinaghiwa-hiwalay
- 2 tablespoons feta, gumuho
- ¼ avocado, hiniwa o kubo
- 4-6 manipis na hiwa ng pulang sibuyas

MGA TAGUBILIN:

e)   Ihata ang mga kabute. Ibuhos ang balsamic vinegar sa kanila, idagdag ang bawang, at ihalo upang pagsamahin.

f)   Itabi habang inihahata mo ang natitirang balot.

g)   Ikalat ang mayonesa at pesto sa ibabaw ng balot.

h)   Ngayon lutuin ang iyong mga kabute. Mag-init ng kaunting mantika sa isang kawali at iprito sa magkabilang gilid hanggang sa maging kayumanggi at mabawasan, paminsan-minsang pinindot gamit ang spatula para makalabas ng likido.

i)   Kapag hata na, idagdag diretso sa tuktok ng pambalot.

j)   Pagulungin ang tortilla, tinatakan ito sa mga dulo, at hatiin sa kalahati. maglingkod.

79.Seitan Burritos

MGA INGREDIENTS:

- Bawang; diced
- Mga sibuyas; hiniwa
- 2 Malahari Portobello kabute; hiniwa
- Fajita-style seitan
- kanela
- kumin
- Chili powder
- Tortilla
- Pinababang taba na Vegan Cheddar na keso

MGA TAGUBILIN:

a) Maghiwa ng ilang sibuyas at ilagay sa isang kawali para 'magprito' . Magdagdag ng dalawang malalahari Portobello kabute . Pagkatapos ay idagdag ang mga hiwa ng seitan. Magdagdag ng kaunting cinnamon, cumin, at chili powder.

b) Init tortilla hanggang malambot sa non-stick pan, budburan ng napakaliit na halaga ng pinababang taba na cheddar keso, ilipat sa isang plato at kutsara sa kabute pinaghalong seitan at tiklupin na parang burrito.

80.Nakabubusog na Portobello Burgers

MGA INGREDIENTS:

- ½ kutsarang langis ng niyog
- 1 tsp oregano
- 2 takip ng kabute ng Portobello
- 1 sibuyas ng bawang
- asin
- Itim na paminta
- 1 kutsara ng Dijon mustard
- ¼ tasa ng cheddar keso
- 6 oz karne ng baka/bison

MGA TAGUBILIN:

a) Magpainit ng kawaling kawal at pagsamahin ang mga pampalasa at mantika sa isang mangkok.

b) Alisin ang mga hasang mula sa mga kabute at ilagay sa marinade hanggang kinakailangan.

c) Magdagdag ng karne ng baka, keso, asin, mustasa, at paminta sa isa pang mangkok at ihalo upang pagsamahin; form sa isang patty.

d) Ilagay ang mga adobong takip sa grill at lutuin ng 8 minuto hanggang sa lubusang uminit. Ilagay ang patty sa grill at lutuin sa bawat panig ng 5 minuto.

e) Kumuha ng 'buns' mula sa grill at sa itaas na may burger at anumang iba pang toppings na pipiliin mo.

f) maglingkod.

81.Portobello Po'Mga lalaki

MGA INGREDIENTS:
- 3 kutsarang langis ng oliba
- 4 na takip ng kabute ng Portobello, bahagyang binanlawan, tinapik sa tuyo, at hiniwa sa 1-pulgada na piraso
- 1 kutsarita ng Cajun seasoning
- Asin at sariwang giniling na itim na paminta
- $^1/_4$ tasa ng vegan mayonnaise
- 4 crusty satwich roll, hinati nang pahalang
- 4 na hiwa ng hinog na kamatis
- 1 $^1/_2$ tasang ginutay-gutay na romaine lettuce
- Tabasco sarsa

MGA TAGUBILIN:

a) Sa isang malahari kawali, init ang mantika sa katamtamang init. Idagdag ang mga kabute at lutuin hanggang kayumanggi at lumambot, mga 8 minuto.

b) Timplahan ng Cajun seasoning at asin at paminta sa panlasa. Itabi.

c) Ikalat ang mayonesa sa mga ginupit na gilid ng bawat isa sa mga rolyo.

d) Maglagay ng hiwa ng kamatis sa ilalim ng bawat roll, itaas na may ginutay-gutay na litsugas. Ayusin ang mga piraso ng kabute sa ibabaw, budburan ng Tabasco ayon sa panlasa, itaas ang kalahati ng roll, at ihain.

MGA SABAW

82.Portobello Kabute Sabaw

MGA INGREDIENTS:

- 300ml solong krema
- 1 litro ng gatas
- 200ml malamig na tubig
- 1 malahari sibuyas, diced
- 50g mantikilya
- asin
- 250g portobello kabute, pinong hiniwa
- 100g button kabute, hiniwa nang pino
- 50ml dark matamis madeira wine
- 4 dahon ng bay
- 200ml dobleng krema
- Itim na paminta
- 6 maliit na dahon ng bay, upang ihain

MGA TAGUBILIN:

a) Dahan-dahang pakuluan ang solong krema, gatas at tubig sa isang malahari kasirola.

b) Samantala, dahan-dahang pawisan ang sibuyas sa isa pang kasirola na may mantikilya, 2 dahon ng bay at kaunting asin. Kapag ang sibuyas ay translucent, idagdag ang mga kabute at lutuin sa mas mataas na apoy hanggang sa maluto ang kahalumigmigan. Idagdag ang madeira wine at bawasan sa isang malagkit na glaze.

c) Ibuhos sa kumukulong krema mix, haluing mabuti at ibalik sa pigsa. Magluto ng hindi hihigit sa 5 minuto, alisin ang mga dahon, pagkatapos ay timpla ng makinis.

d) Kung na-infuse mo ang double krema na may mga dahon ng bay sa magdamag, alisin bago ihalo ang krema sa isang liwanag na Chantilly - dapat itong kumapal at magalit na bumaba sa isang kutsara. Kung hindi, haluin ang ginutay-gutay na dahon ng bay.

e) Ihain ang sopas na may isang kutsarang puno ng double krema, ilang paminta at isang maliit na bay leaf.

83.Manok At Kabute Sabaw Kasama Ligaw Kanin

MGA INGREDIENTS:
- 1.5 lb. sariwang kabute Gumamit ako ng organikong shiitake at baby portobellos
- 1 lb. manok na niluto at ginutay-gutay
- 8 C. sabaw ng buto ng manok o stock
- 1 C. carrots diced
- 1 C. celery diced
- 1 C. puting sibuyas na hiniwa
- 1 C. ligaw heirloom kanin blend
- 1 C. mabigat na krema
- 6 oz. lumambot ang krema keso
- 5 cloves bawang tinadtad
- 2 Tbsp. mantikilya na pinapakain ng damo
- 2 Tsp Organic Manok Base
- 3 patak ng Black Pepper Essential oil
- 2 patak ng Thyme Essential oil
- 2 patak ng Parsley Essential oil
- Asin sa panlasa

MGA TAGUBILIN:
a)   Ilagay ang mga karot, kintsay, bawang at sibuyas sa isang stock-pot na may mantikilya at takip.

b)   Igisa sa mahinang apoy hanggang lumambot. Magdagdag ng mga kabute at pukawin upang pagsamahin.

c)   Takpan ng 5 minuto at hayaang ilabas ng kabute ang kanilang katas.

d)   Alisan ng takip at hayaang mabawasan ng kalahati ang likido. Magdagdag ng stock ng manok (o sabaw), base ng manok at kanin. kumukulong gulay sa sabaw

e)   Ibalik at hayaang kumulo sa mahinang apoy sa loob ng 40-50 minuto.

f)   Habang nagluluto ang sopas, paghaluin ang pinalambot na krema keso at Essential oil Oils sa isang maliit na mangkok. Magdagdag ng isang pares ng mga kutsarang puno ng mainit na likido mula sa kawali sa pinaghalong krema keso. Haluin.

g)   Alisin ang kaldero mula sa init at haluin ang parehong krema keso mixture at heavy krema sa palayok hanggang sa ganap na maisama at makinis. Idagdag sa manok.

h)   Ibalik ang sopas sa init hanggang sa magsimula itong kumulo.

i)   Alisin sa init at ihain.

84.Krema ng Portobello Sabaw

MGA INGREDIENTS:
- 1/2 pound sariwang shiitake kabute
- 1/2 pound baby portobello kabute
- 1 medium na sibuyas, tinadtad
- 1 katamtamang karot, tinadtad
- 1 kutsarang langis ng oliba
- 1 kutsara plus 1/2 tasa mantikilya, hinati
- 5 tasang tubig
- 1 sariwang thyme sprig
- 1-1/4 kutsarita ng asin, hinati
- 3/4 kutsarita coarsely ground pepper, hinati
- 2 tasang tinadtad na leeks (puting bahagi lamang)
- 1/4 tasa ng all-purpose na harina
- 1 tasang puting alak o sabaw ng manok
- 1 kutsaritang tinadtad na sariwang thyme
- 1 tasang mabigat na whipping krema
- 1 tasa kalahati-at-kalahating krema
- 1/2 tasa tinadtad na sariwang perehil

MGA TAGUBILIN:

a) Alisin ang mga tangkay ng kabute at gupitin ng magaspang. Gupitin ang mga takip ng kabute sa 1/4-in. mga hiwa. Isantabi.

b) Lutuin ang mga tangkay ng kabute, karot, at sibuyas sa mantika at 1 kutsarang mantikilya sa isang malahari kasirola sa katamtamang init hanggang malambot. Haluin ang tubig, 1/4 kutsarita ng paminta, 1/2 kutsarita ng asin, at thyme sprig. Pakuluan, bawasan ang apoy, at kumulo ng mga 30 minuto, walang takip. Salain ang sabaw, itapon ang mga pampalasa at

c) mga gulay. Itabi ang 4-1/2 cups na sabaw.

d) Sa mahinang apoy, lutuin ang leeks sa natitirang mantikilya Sa Dutch oven hanggang sa magsimula silang mag-brown, mga 25-30 minuto, paminsan-minsang hinahalo. Paghaluin ang mga takip ng kabute; lutuin hanggang lumambot, mga 10 minuto pa.

e) Susunod, haluin ang harina hanggang sa halo-halong mabuti; unti-unting magdagdag ng alak. Haluin ang nakareserbang kabute broth, paminta, ang natitirang asin, at thyme.

f) Dalhin sa isang pigsa; lutuin at haluin hanggang lumapot, mga 2 minuto. Pagkatapos ay pukawin ang perehil at ang mga krema; painitin (huwag pakuluan).

85.Inihaw na Bawang At Portobello Kabute Sabaw

MGA INGREDIENTS:
- 6 malalahari portobello kabute, hiniwa
- 1 ulo ng bawang, inihaw
- 1 sibuyas, tinadtad
- 4 tasang sabaw ng gulay o manok
- 2 kutsarang langis ng oliba
- 1 tasa ng gatas o krema
- Asin at paminta para lumasa
- Sariwang perehil para sa dekorasyon

MGA TAGUBILIN:
a) Painitin muna ang oven sa 400°F (200°C).

b) Ilagay ang hiniwang kabute ng portobello sa isang bahari sheet, ibuhos ng langis ng oliba, at inihaw sa loob ng 20 minuto.

c) Pigain ang inihaw na mga clove ng bawang mula sa ulo.

d) Sa isang kaldero, igisa ang mga sibuyas hanggang sa transparent. Magdagdag ng inihaw na kabute at bawang.

e) Ibuhos ang sabaw at dalhin sa isang kumulo. Magluto ng 15-20 minuto.

f) Gumamit ng immersion blender upang i-pure ang sopas.

g) Paghaluin ang gatas o krema, timplahan ng asin at paminta, at kumulo ng karagdagang 5 minuto.

h) Palamutihan ng sariwang perehil bago ihain.

86.Portobello Kabute Sabaw na Infused ng Herb

MGA INGREDIENTS:
- 6 malalahari portobello kabute, tinadtad
- 1 leek, hiniwa
- 2 karot, diced
- 4 tasang sabaw ng gulay o manok
- 1 kutsarita ng tuyo na thyme
- 1 kutsarita ng tuyo na rosemary
- 1 dahon ng bay
- 2 kutsarang langis ng oliba
- Asin at paminta para lumasa
- Mga sariwang chives para sa dekorasyon

MGA TAGUBILIN:

a) Sa isang kaldero, igisa ang mga leeks at karot sa langis ng oliba hanggang lumambot.

b) Magdagdag ng tinadtad na portobello kabute at magluto ng 5 minuto.

c) Ibuhos ang sabaw at idagdag ang pinatuyong thyme, rosemary, at isang bay leaf. Dalhin sa kumulo at lutuin ng 15-20 minuto.

d) Timplahan ng asin at paminta ayon sa panlasa.

e) Alisin ang bay leaf at gumamit ng immersion blender para i-pure ang sopas.

f) Palamutihan ng sariwang chives bago ihain.

87.Curried Portobello Kabute Sabaw

MGA INGREDIENTS:

- 6 malalahari portobello kabute, hiniwa
- 1 sibuyas, tinadtad
- 2 cloves ng bawang, tinadtad
- 1 kutsarang curry powder
- 4 tasang sabaw ng gulay o manok
- 1 lata (14 oz) gata ng niyog
- 2 kutsarang langis ng oliba
- Asin at paminta para lumasa
- Sariwang cilantro para sa dekorasyon

MGA TAGUBILIN:

a) Sa isang kaldero, igisa ang mga sibuyas at bawang sa langis ng oliba hanggang sa translucent.

b) Magdagdag ng hiniwang portobello kabute at curry powder, magluto ng 5 minuto.

c) Ibuhos ang sabaw at gata ng niyog. Dalhin sa kumulo at lutuin ng 15-20 minuto.

d) Timplahan ng asin at paminta ayon sa panlasa.

e) Gumamit ng immersion blender upang i-pure ang sopas.

f) Palamutihan ng sariwang cilantro bago ihain.

88.Ligaw Kanin At Portobello Kabute Sabaw

MGA INGREDIENTS:
- 6 malalahari portobello kabute, diced
- 1 tasang ligaw na bigas, niluto
- 1 sibuyas, pinong tinadtad
- 3 karot, diced
- 4 tasang sabaw ng gulay o manok
- 2 kutsarang langis ng oliba
- 1 tasa ng gatas o krema
- Asin at paminta para lumasa
- Sariwang perehil para sa dekorasyon

MGA TAGUBILIN:
a) Sa isang kaldero, igisa ang mga sibuyas at karot sa langis ng oliba hanggang lumambot.

b) Magdagdag ng diced portobello kabute at magluto ng 5 minuto.

c) Ibuhos ang sabaw at dalhin sa isang kumulo. Magluto ng 15-20 minuto.

d) Haluin ang lutong ligaw na bigas at gatas o krema.

e) Timplahan ng asin at paminta ayon sa panlasa.

f) Kumulo para sa karagdagang 10 minuto.

g) Palamutihan ng sariwang perehil bago ihain.

89.Madaling Portobell o Sopas

MGA INGREDIENTS:
- 6 malalahari portobello kabute, tinadtad
- 1 sibuyas, pinong hiniwa
- 3 cloves ng bawang, tinadtad
- 4 tasang sabaw ng gulay o manok
- 1 tasang mabigat na krema
- 2 kutsarang mantikilya
- Asin at paminta para lumasa
- Sariwang thyme para sa dekorasyon

MGA TAGUBILIN:

a) Sa isang malahari palayok, matunaw ang mantikilya sa katamtamang init.

b) Magdagdag ng sibuyas at bawang, igisa hanggang lumambot.

c) Magdagdag ng tinadtad na portobello kabute at lutuin hanggang sa mailabas nila ang kanilang kahalumigmigan.

d) Ibuhos ang sabaw at dalhin sa isang kumulo. Hayaang maluto ng 15-20 minuto.

e) Gumamit ng immersion blender upang i-pure ang sopas hanggang makinis.

f) Haluin ang mabigat na krema at timplahan ng asin at paminta.

g) Pakuluan ng karagdagang 5 minuto.

h) Palamutihan ng sariwang thyme bago ihain.

90.Lentil At Portobello Sabaw

MGA INGREDIENTS:

- 6 malalahari portobello kabute, hiniwa
- 1 tasang pinatuyong lentil, banlawan at pinatuyo
- 1 sibuyas, tinadtad
- 3 cloves ng bawang, tinadtad
- 4 tasang sabaw ng gulay
- 1 lata (14 oz) diced na kamatis
- 2 kutsarang langis ng oliba
- 1 kutsarita ng ground cumin
- Asin at paminta para lumasa
- Sariwang cilantro para sa dekorasyon

MGA TAGUBILIN:

a) Sa isang kaldero, igisa ang mga sibuyas at bawang sa langis ng oliba hanggang sa translucent.

b) Magdagdag ng hiniwang portobello kabute at lutuin ng 5 minuto.

c) Haluin ang pinatuyong lentil, sabaw ng gulay, diced na kamatis, at giniling na kumin.

d) Pakuluan, pagkatapos ay bawasan ang apoy at kumulo sa loob ng 25-30 minuto o hanggang lumambot ang lentil.

e) Timplahan ng asin at paminta ayon sa panlasa.

f) Palamutihan ng sariwang cilantro bago ihain.

91.Bawang At Parmesan Portobello Sabaw

MGA INGREDIENTS:

- 6 malalahari portobello kabute, tinadtad
- 1 sibuyas, pinong hiniwa
- 4 cloves na bawang, tinadtad
- 4 tasang sabaw ng gulay o manok
- 1 tasang gadgad na Parmesan keso
- 1 tasang mabigat na krema
- 3 kutsarang mantikilya
- Asin at paminta para lumasa
- Sariwang thyme para sa dekorasyon

MGA TAGUBILIN:

a) Sa isang palayok, matunaw ang mantikilya sa katamtamang init. Magdagdag ng sibuyas at bawang, igisa hanggang lumambot.

b) Magdagdag ng tinadtad na portobello kabute at lutuin hanggang sa mailabas nila ang kanilang kahalumigmigan.

c) Ibuhos ang sabaw at dalhin sa isang kumulo. Magluto ng 15-20 minuto.

d) Gumamit ng immersion blender para i-pure ang sopas hanggang makinis.

e) Gumalaw sa Parmesan keso at mabigat na krema.

f) Timplahan ng asin at paminta ayon sa panlasa.

g) Pakuluan ng karagdagang 5 minuto.

h) Palamutihan ng sariwang thyme bago ihain.

92.Portobello Kabute Tortilla Sabaw

Joylita... all rights reserved

MGA INGREDIENTS:
- 6 malalahari portobello kabute, hiniwa
- 1 sibuyas, tinadtad
- 2 cloves ng bawang, tinadtad
- 1 lata (14 oz) diced na kamatis na may berdeng sili
- 4 tasang sabaw ng gulay o manok
- 1 tasang butil ng mais
- 1 kutsarita ng ground cumin
- Tortilla strips para sa dekorasyon
- Mga hiwa ng abukado para sa dekorasyon
- Sariwang cilantro para sa dekorasyon

MGA TAGUBILIN:
a) Sa isang kaldero, igisa ang mga sibuyas at bawang hanggang sa transparent.
b) Magdagdag ng hiniwang portobello kabute at lutuin ng 5 minuto.
c) Haluin ang mga diced na kamatis na may berdeng sili, sabaw ng gulay, mais, at giniling na kumin.
d) Dalhin sa kumulo at lutuin ng 15-20 minuto.
e) Timplahan ng asin at paminta ayon sa panlasa.
f) Ihain ang sopas na nilagyan ng tortilla strips, avocado slices, at sariwang cilantro.

SALADS

93.Inihaw na Portobello Kabute Salad

MGA INGREDIENTS:
- 4 na malalahari portobello kabute, nilinis at nag-stem
- 2 kutsarang langis ng oliba
- Asin at itim na paminta sa panlasa
- 4 na tasa ng halo-halong salad greens
- 1 tasa ng cherry tomatoes, hatiin
- 1/2 pulang sibuyas, hiniwa ng manipis
- 1/4 tasa feta keso, gumuho
- Balsamic vinaigrette dressing

MGA TAGUBILIN:
a)   Painitin muna ang grill o grill pan sa medium-high heat.

b)   I-brush ang portobello kabute na may olive oil at timplahan ng asin at paminta.

c)   Ihawin ang mga kabute sa loob ng 4-5 minuto bawat panig hanggang lumambot.

d)   Hiwain ang inihaw na kabute.

e)   Sa isang malahari mangkok, pagsamahin ang pinaghalong salad green, cherry tomatoes, hiniwang pulang sibuyas, at inihaw na hiwa ng portobello.

f)   Budburan ang crumbled feta keso sa ibabaw ng salad.

g)   Pahiran ng balsamic vinaigrette dressing.

h)   Dahan-dahang ihalo ang salad upang pagsamahin ang lahat ng sangkap.

i)   Ihain kaagad.

94.Portobello at Quinoa Salad

MGA INGREDIENTS:

- 4 na malalahari portobello kabute, hiniwa
- 1 tasa ng quinoa, niluto
- 1 pipino, diced
- 1 kampanilya paminta (anumang kulay), diced
- 1/4 tasa sariwang perehil, tinadtad
- 1/4 tasa feta keso, gumuho
- Lemon-herb dressing

MGA TAGUBILIN:

a) Sa isang kawali, igisa ang mga hiwa ng kabute ng portobello hanggang malambot.

b) Sa isang malahari mangkok, pagsamahin ang nilutong quinoa, sautéed kabute, diced cucumber, diced bell pepper, at tinadtad na perehil.

c) Budburan ang crumbled feta keso sa ibabaw ng salad.

d) Pahiran ng lemon-herb dressing.

e) Ihagis ang salad nang malumanay upang paghaluin ang mga sangkap.

f) Ihain nang pinalamig.

95.Spinach At Portobello Kabute Salad

MGA INGREDIENTS:
- 4 na malalahari portobello kabute, hiniwa
- 6 tasang baby spinach
- 4 na hiwa ng bacon, niluto at gumuho
- 1/4 tasa pulang sibuyas, hiniwa ng manipis
- 1/4 tasa ng mga walnuts, toasted
- Mainit na bacon dressing

MGA TAGUBILIN:

a) Sa isang kawali, igisa ang mga hiwa ng kabute ng portobello hanggang sa mailabas nila ang kanilang kahalumigmigan.

b) Sa isang malahari salad bowl, pagsamahin ang baby spinach, sautéed kabute, crumbled bacon, sliced red onion, at toasted walnuts.

c) Ibuhos ang mainit na bacon dressing sa salad.

d) Dahan-dahang ihalo ang salad upang pagsamahin ang lahat ng sangkap.

e) Ihain kaagad.

96.Caprese Portobello Kabute Salad

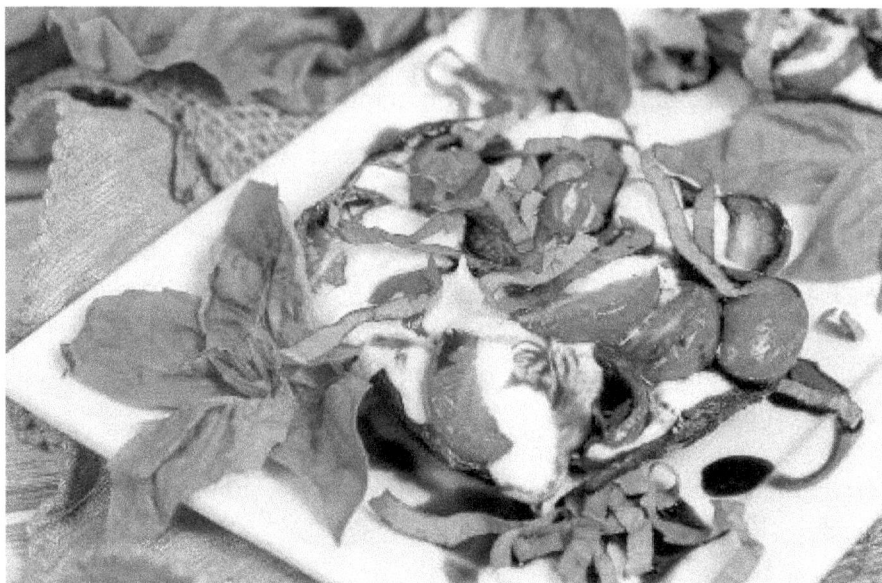

MGA INGREDIENTS:
- 4 na malalahari portobello kabute, nilinis at nag-stem
- 1 tasa ng cherry tomatoes, hatiin
- 1 bola sariwang mozzarella, hiniwa
- Mga sariwang dahon ng basil
- Balsamic glaze
- Langis ng oliba
- Asin at itim na paminta sa panlasa

MGA TAGUBILIN:
a) Painitin muna ang oven sa 375°F (190°C).
b) Ilagay ang portobello kabute sa isang bahari sheet, lagyan ng olive oil, at timplahan ng asin at paminta.
c) Inihaw ang mga kabute sa loob ng 15-20 minuto hanggang malambot.
d) Ayusin ang inihaw na portobello kabute, cherry tomatoes, at sariwang hiwa ng mozzarella sa isang serving platter.
e) Ilagay ang sariwang dahon ng basil sa pagitan ng mga hiwa ng kabute at kamatis.
f) Ambon na may balsamic glaze.
g) Ihain sa temperatura ng kuwarto.

97.Mediterranean Portobello Kabute Salad

MGA INGREDIENTS:

- 4 na malalahari portobello kabute, hiniwa
- 1 tasa ng cherry tomatoes, hatiin
- 1 pipino, diced
- 1/2 pulang sibuyas, hiniwa ng manipis
- 1/2 tasa Kalamata olives, hiniwa
- 1/2 tasa feta keso, gumuho
- Sariwang oregano, tinadtad
- Pagbibihis ng Greek

MGA TAGUBILIN:

a) Sa isang kawali, igisa ang mga hiwa ng kabute ng portobello hanggang malambot.

b) Sa isang malahari mangkok, pagsamahin ang cherry tomatoes, diced cucumber, hiwa ng pulang sibuyas, Kalamata olives, at sautéed kabute.

c) Budburan ang crumbled feta keso sa ibabaw ng salad.

d) Magdagdag ng tinadtad na sariwang oregano.

e) Ambon na may Greek dressing.

f) Ihagis ang salad nang malumanay upang pagsamahin.

g) Ihain nang pinalamig.

98.Asian Portobello Kabute Noodle Salad

MGA INGREDIENTS:
- 4 na malalahari portobello kabute, hiniwa
- 8 oz kanin noodles, niluto at pinalamig
- 1 kampanilya paminta (anumang kulay), julienned
- 1 karot, julienned
- 1/2 tasa ng snow peas, hiniwa
- 1/4 tasa berdeng sibuyas, hiniwa
- Sesame seeds para sa dekorasyon
- Soy-luya dressing

MGA TAGUBILIN:
a) Sa isang kawali, igisa ang mga hiwa ng kabute ng portobello hanggang sa mailabas nila ang kanilang kahalumigmigan.
b) Sa isang malahari mangkok, pagsamahin ang nilutong kanin noodles, julienned bell pepper, julienned carrot, hiniwang snow peas, at sautéed kabute.
c) Magdagdag ng hiniwang berdeng sibuyas.
d) Pahiran ng soy-ginger dressing.
e) Ihagis ang salad nang malumanay upang ihalo.
f) Palamutihan ng sesame seeds.
g) Ihain nang pinalamig.

99.Digmaan Portobello At Keso ng KambingSalad

MGA INGREDIENTS:
- 4 na malalahari portobello kabute, hiniwa
- 6 tasang arugula
- 1/2 tasa ng cherry tomatoes, hinati
- 1/4 tasa ng pine nuts, toasted
- 4 oz na keso ng kambing, gumuho
- Balsamic na pagbabawas
- Langis ng oliba
- Asin at itim na paminta sa panlasa

MGA TAGUBILIN:
a) Sa isang kawali, igisa ang mga hiwa ng kabute ng portobello hanggang malambot.
b) Sa isang malahari salad bowl, pagsamahin ang arugula, cherry tomatoes, toasted pine nuts, at sautéed kabute.
c) Durog na keso ng kambing sa ibabaw ng salad.
d) Ambon na may balsamic reduction at olive oil.
e) Timplahan ng asin at paminta.
f) Ihagis ang salad nang malumanay upang pagsamahin.
g) Ihain kaagad.

100.Timog-kanluran Quinoa At Portobello Salad

MGA INGREDIENTS:

- 4 na malalahari portobello kabute, diced
- 1 tasa ng nilutong quinoa, pinalamig
- 1 lata (15 oz) black beans, banlawan at pinatuyo
- 1 tasang butil ng mais, sariwa o nagyelo
- 1 pulang kampanilya paminta, diced
- 1/4 tasa cilantro, tinadtad
- Lime vinaigrette
- Mga hiwa ng abukado para sa dekorasyon

MGA TAGUBILIN:

a) Sa isang kawali, igisa ang diced portobello kabute hanggang sa mailabas nila ang kanilang moisture.

b) Sa isang malahari mangkok, pagsamahin ang nilutong quinoa, black beans, mais, diced red bell pepper, at sautéed kabute.

c) Magdagdag ng tinadtad na cilantro.

d) Pahiran ng lime vinaigrette.

e) Ihagis ang salad nang malumanay upang ihalo.

f) Palamutihan ng mga hiwa ng avocado.

g) Ihain nang pinalamig.

KONGKLUSYON

Habang tinatapos namin ang aming kritiko sa pagkain adventure sa pamamagitan ng " Para Sa Pagmamahal Ng Portobello Kabute," umaasa kaming naranasan mo ang kagalakan ng pagtataas ng iyong mga culinary creations kasama ang hari ng mga kabute. Ang bawat recipe sa loob ng mga page na ito ay isang pagdiriwang ng matibay na umami, karne ng bakay texture, at versatility na dinadala ng Portobello kabute sa iyong mesa—isang testamento sa mga kritiko sa pagkain na posibilidad na nasa loob ng fungi royalty na ito.

Natikman mo man ang pagiging simple ng mga inihaw na Portobello steak, tinanggap ang pagkamalikhain ng mga pinalamanan cap, o na-explore ang lalim ng mga kabute-inspired dish, nagtitiwala kami na ang mga recipe na ito ay nagpasiklab sa iyong hilig sa kritiko sa pagkain kabute coohari. Higit pa sa mga sangkap at diskarte, nawa'y ang konsepto ng pagluluto para sa pagmamahal sa Portobello kabute ay maging mapagkukunan ng inspirasyon, pagkamalikhain, at isang masarap na paglalakbay sa mundo ng mga fungi delight.

Habang patuloy mong ginalugad ang potensyal sa pagluluto ng hari ng mga kabute, nawa'y ang " Para Sa Pagmamahal Ng Portobello Kabute " ang iyong mapagkakatiwalaang kasama, na gagabay sa iyo sa iba't ibang pagpipilian sa kritiko sa pagkain na nagpapakita ng kayamanan at kagalingan ng Portobello. Narito ang savoring ang makalupang at karne na kabutihan, paglikha ng culinary masterpastelces, at ipagdiwang ang pag-ibig para sa hari ng mga kabute. Bon appétit!